ભવિષ્

ભાગ-૧

૨૦૩૨ થી સત્ય યુગની શરૂઆત...

લેખક : પરમ પૂજ્ય પંડિત શ્રી કાશીનાથ મિશ્રજી

notionpress.com

INDIA • SINGAPORE • MALAYSIA

ISBN 979-8-89026-007-9

લેખકની કલમથી ..

પ્રભુ શ્રી જગન્નાથમાં બિરજા દેવી, માં સરસ્વતી તથા પ્રભુ શ્રી ગણેશની અપાર કૃપાથી ૬૦૦ વર્ષ પૂર્વે ઓડિયા ભાષામા લિખીત પંચસખા કૃત ભવિષ્ય માલિકાના ગુઢ તથ્યોને આ ગ્રંથ દ્વારા ઓડિયાથી હિન્દી તથા અન્ય ઘણી ભાષાઓમાં રાખી અમે એ આશા રાખીએ છીએ કે આ માનવ સમાજના કલ્યાણ હેતુ અને સનાતન ધર્મનું વિશ્વ સ્તર પર પુનર્જાગરણ કરવામાં અત્યંત ઉપયોગી સિદ્ધ થશે. અમે એ આશા રાખીએ છીએ કે, ભક્ત જન આનુ વાંચન કરી પોતાના પૂર્વ જન્મોના સંસ્કાર ઉજ્જવિત કરી સત્યયુગના માનવ બની શકશે.

આજે સંપૂર્ણ વિશ્વમાં જ્યારે સમસ્ત માનવ સમાજ વિપથગામી તથા પથભ્રષ્ટ થઈ ચૂક્યો છે તો આ ભવિષ્ય માલિકા મનુષ્ય સમાજની પથ પ્રદર્શિકા બની શકે, સમસ્ત વિશ્વ માટે કલ્યાણકારી સિદ્ધ થઈ શકે, એવી ભગવાન શ્રી જગન્નાથના શ્રી ચરણોમાં અમારી પ્રાર્થના છે. અમે આ ગ્રંથને સમસ્ત વિશ્વના સાધુ સંતો, ભક્તો અને સજ્જનોને સમર્પિત કરીએ છીએ.

પંડિત શ્રી કાશીનાથ મિશ્રા

ભવિષ્ય માલિકા પુરાણ શું છે?

જયારે જયારે ભગવાન પોતાની ઈચ્છાથી ધર્મ સંસ્થાપના માટે ધરા અવતરણ કરે છે ત્યારે ત્યારે તેમના અવતરણ પૂર્વ તેમના જન્મ સ્થાન, તેમની દિવ્ય લીલાઓનું વર્ણન, તેમના ભક્તોનું વર્ણન, તે સમયના ધર્મની સ્થિતિ તથા ભગવાન કઈ રીતે ધર્મ સંસ્થાપના કરશે આદિ યુગ સંધ્યાથી લઈ ધર્મ સંસ્થાપના અને નવયુગ સુધીનુ વર્ણન ભગવાનના નિર્દેશથી પૂર્વ જ વર્ણિત કરી દેવામાં આવે છે જેથી મનુષ્ય સમાજ ધર્મ અને ધરા, સનાતન સંસ્કૃતિનું પાલન કરી રક્ષા પ્રાપ્ત કરી શકે.

જેવી રીતે ત્રેતાયુગમાં ભગવાન શ્રી રામચંદ્રજીના ધરા અવતર્ણ પૂર્વ મહર્ષિ વાલ્મીકિજીએ જગત પિતા બ્રહ્માજીના નિર્દેશથી, દેવર્ષિ નારદજીના મુખારવિંદથી ભગવાન શ્રીરામચંદ્રજીના જે પાવન ચરિત્રના ગુણગાનનું શ્રવણ કર્યુ હતુ તેનુ વર્ણન તેમણે રામાયણ ગ્રન્થમાં કર્યુ.

દ્વાપરયુગમાં શ્રીકૃષ્ણજીના ધરા અવતરણથી પૂર્વ, યુગ સંધ્યા, ધર્મની સ્થિતિ અને ધર્મ સંસ્થાપનાના વિષયમાં મહર્ષિ વેદવ્યાસજીએ ભગવાન શ્રી ગણેશજીના સહયોગથી હિમાલયમાં તપસ્યા કરતા મહાભારત ગ્રંથની રચના કરી હતી.

તેવી જ રીતે કળિયુગમાં, ભગવાને જયરે બીજી વાર નામ સંકીર્તનની મહિમા, અહિંસા, પ્રેમ અને ભક્તિના સંપૂર્ણ વિશ્વમાં પ્રચાર કરવા માટે ચૈતન્ય મહાપ્રભુના રૂપમાં અવતાર ગ્રહણ કર્યો. તે સમયે પંચ સખાઓમાં અન્યતમ મહાપુરુષ શ્રી અચ્યુતાનંદ દાસ, મહાપુરુષ શ્રી બળરામ દાસ, મહાપુરુષ શ્રી જગન્નાથ દાસ, મહાપુરુષ શ્રી જશવંતદાસ અને મહાપુરુષ શ્રી શિશુ અનંતદાસે આજથી ૬૦૦ વર્ષ પૂર્વ, ૧૫ મી સદીમાં પાવન ઉત્કલ ભૂમિ (ઉડીસા રાજય)માં ભગવાન શ્રી ચૈતન્ય મહાપ્રભુજીના શિષ્યના રૂપમાં આ ધરતી પર આવ્યા અને ભગવાન જગન્નાથજીના નિર્દેશથી ભવિષ્ય પુરાણ ગ્રંથને સંશોધિત કરતા ભવિષ્ય માલિકા પુરાણ ગ્રંથની રચના કરી હતી. આ ક્રમમાં તેમણે ૧,૮૫,૦૦૦ ગ્રંથોના સમૂહની રચના તાડના પાન ઉપર કરી, જે ઉડિયા ભાષામાં લીખીત હતી.

આ ગ્રંથમાં પંચ સખાઓએ કળિયુગના અંતમાં ધર્મની સ્થિતિ, ભગવાન શ્રી કલ્કિજીનુ ધરા અવતરણ, ધર્મ સંસ્થાપના, મનુષ્ય સમાજનો ઉદ્ધાર અને અનંતયુગ સુધીની ભગવાનની લીલાઓનુ વર્ણન વિસ્તારપૂર્વક કર્યુ છે.

ભવિષ્ય માલિકામાં લખાયેલી પ્રત્યેક વાત પત્થરની લકીર સમાન છે અને હંમેશા સત્ય સાબિત થઈ છે. જેમ કે,ભારતમાં મુગલોનો અત્યાચાર, અંગ્રેજોની ગુલામી, સ્વતંત્રતા સંગ્રામની ઘટનાઓ તથા સ્વતંત્રતા સેનાનિયોનું વર્ણન, ભારત દેશનું તુટીને સ્વતંત્ર થવું, પાકિસ્તાન, બાંગ્લાદેશ, શ્રીલંકા, બર્માનુ નિર્માણ, પ્રથમ વિશ્વયુદ્ધ, દ્વિતિય વિશ્વયુદ્ધ, અજ્ઞાત રોગ મહામારીનું આવવુ આદિ બધી ઘટનાઓ ઘટિત થઈ ચૂકી છે.

આ ગ્રંથમાં મુખ્યરૂપે ભગવાન શ્રી કલ્કિજીનુ ધરા અવતરણ, ભક્તોનું એકત્રીકરણ, સુધર્મા મહા મહા સંઘ અને ૧૬ મંડળનું ગઠણ, ખંડ પ્રલય, અગ્નિ પ્રલય, જળ પ્રલય, ભૂકંપ, રોગ મહામારી તથા પરમાણુ તૃતીય વિશ્વયુદ્ધથી લઈ અનંત યુગ / આદ્ય સત્યયુગના આગમન સુધીનું સંપૂર્ણ વર્ણન કરાયુ છે. ભવિષ્ય માલિકા પુરાણ અનુસાર સન ૨૦૩૨ થી પૂર્ણ સંપૂર્ણ વિશ્વમાં સમસ્ત ધર્મો અને પંથોનું પુનર્ગઠણ થઈ સમસ્ત વિશ્વમાં કેવળ સત્ય સનાતન ધર્મ પ્રતિષ્ઠિત થશે.

આ ગ્રંથ આવનાર મહાવિનાશથી રક્ષા મેળવવા માટે સંપૂર્ણ વિશ્વમાં એક માત્ર ચેતવણી અને એક માત્ર સંજીવની છે.

પંડિત શ્રી કાશીનાથ મિશ્રજીના ૪૦ વર્ષોથી અધિક માલિકાના અધ્યયન અને અનુમોદનથી, આજે વિશ્વમાં પહેલી વાર ભવિષ્ય માલિકા પુરાણ ગ્રંથના પહેલા ખંડનું હિન્દી સહિત સમગ્ર વિશ્વમાં, ૧૫૦ થી અધિક દેશોમાં ભિન્ન ભિન્ન ભાષાઓમાં પ્રતિપાદન તથા વિમોચન કરાઈ રહ્યુ છે. આ ગ્રંથમાં આવનાર મહાવિનાશ અને પરિવર્તનની અધિકતમ ભવિષ્યવાણીઓનું શત-પ્રતિશત વર્ણન કરેલુ છે. જેથી આવનાર મહાવિનાશથી પૂર્વ મનુષ્ય સમાજને ચેતવણી મળી શકે અને મનુષ્ય સમાજ સનાતન આર્ય વૈદિક પરંપરાનુ અનુપાલન કરી આ મહાવિનાશથી રક્ષા પ્રાપ્ત કરી શકે.

અનુક્રમણિકા

મુખબંધ

કળિયુગનો અંતિક્રાંત (અંત) થઈ ચુક્યો છે. શાસ્ત્રીય ધારા અને મનુસ્મૃતિના આધાર પર વિશેષરૂપે ચાર યુગનો જ સમય જોવા મળે છે. આ ચાર યુગોના નામ છે. સત્યયુગ, ત્રેતાયુગ, દ્વાપરયુગ અને કળિયુગ. આ ચાર યુગોની પછી પણ એક ગુપ્ત યુગ આવે છે. જેને અનન્ત યુગ અથવા આદ્ય સત્યયુગ પણ કહેવાય છે. અને આ પ્રમાણિત કરાયુ છે. આનુ પ્રમાણ મુખ્યત: પંચ સખાઓના દ્વારા લેખિત ભવિષ્ય માલિકા ગ્રંથમાં ઉપલબ્ધ છે, જેને આજે પણ લોકો જાણતા નથી.પંરતુ આ ગુઢ તત્વનો સંપૂર્ણ વિશ્વના માનવ સમાજના ઉદ્ધાર માટે અત્યંત આવશ્યક છે.

શાસ્ત્રોના અનુસાર કળિયુગનો અંત થઈ ચુક્યો છે. પરંતુ તેનો પ્રભાવ હજી સમગ્ર વિશ્વમાં ફેલાયેલો છે. કળિયુગની આ અંતિમ અવસ્થા ચાલી રહી છે, જેના કારણે સમસ્ત વિશ્વના માનવ સમાજને કળિએ સંપુર્ણરૂપે જકડી રાખ્યો છે. વિશેષરૂપે સંસારમાં એ જોવા મળે છે કે ભાઈ ભાઈના મધ્ય, પતિ-પત્નિની મધ્ય, પરિવાર - પરિવારના મધ્ય, ગામડા - ગામડાના મધ્ય, રાજ્ય - રાજ્ય અને દેશ - દેશના મધ્ય કળિએ પોતાના પ્રભાવનો વિસ્તાર કરેલ છે. સમગ્ર વિશ્વ આજે વ્યાધિથી ગ્રસ્ત છે. રોગ અને મહામારીએ સંપૂર્ણ વિશ્વને પોતાના પંજામાં જકડી લીધુ છે. દવાના સેવન વગર મનુષ્ય સમાજ માટે આજે નાનામાં નાની બિમારીથી બચવુ પણ અશક્ય બની ગયુ છે. આવનાર આઠ (૮) વર્ષોમાં સંપૂર્ણ વિશ્વ અસંખ્ય નવી નવી ભયાનક આપદાઓનો સામનો કરશે.

(૧) તૃતીય વિશ્વયુદ્ધ (3rd World War)

(૨) ખાદ્ય સંકટ (Shortage of Food)

(૩) પવન પ્રલય (Tornadoes)

(૪) જળ પ્રલય (Flood and TSunami)

(૫) અગ્નિ પ્રલય (Wild Fire)

(૬) ધરતી કંપ (Earth Quakes)

(૭) મહામારી (Pandemic & Epidemic)

(૮) અજાણ રોગો અને બીમારીઓ.

આવનાર વર્ષ ૨૦૨૫ માં જ્યારે મીન રાશિમાં શનિનુ ચલન થશે, ત્યારે આ બધી આફતો પોતાનુ તીવ્ર રૂપ ધારણ કરી લેશે. આવનાર સમયમાં બધા વૈજ્ઞાનિક યંત્ર કમ્પ્યુટર, સેટેલાઈટ વિગેરે બધુ અચળ (સ્થિર) થઈ જશે.

વર્તમાન સમયમાં બધાના મનમાં એ સવાલ છે કે મનુષ્ય સમાજની સુરક્ષા કેવી રીતે થશે અને મનુષ્યનુ ભવિષ્ય શું હશે ? આ બધા પ્રશ્નોના જવાબ જે ગ્રંથમાં વર્ણિત છે તે અમૂલ્ય ગ્રંથનુ નામ છે. **ભવિષ્ય માલિકા ગ્રંથ**. ભવિષ્ય માલિકા ગ્રંથની બધી પુસ્તકોને આજથી ૬૦૦ (છસ્સો) વર્ષ પૂર્વ ઓડિસામા જન્મેલા પંચ સખાઓ દ્વારા ઓડિયા ભાષામાં લખાઈ હતી, જે કારણે આજ સુધી આ ગુપ્ત ગ્રંથ લોકોની સામે પ્રકાશમાં આવ્યુ નથી.

મહાપ્રભુ શ્રી જગન્નાથજીની અપાર કૃપાથી અમારી યુ ટ્યુબ ચેનલ કલ્કિ અવતારના માધ્યમથી હિંદી ભાષામાં વર્ષ ૨૦૧૮ થી ભવિષ્ય માલિકાનો પ્રચાર પ્રસાર કરાઈ રહ્યો છે. વર્તમાન સમયને ઉપલબ્ધ કરતા ભગવાનના નિર્દેશ પર ભવિષ્ય માલિકાનો ભારતની ઘણી બધી ભાષાઓમાં અનુવાદ અને સંસ્કરણ કરાઈ રહ્યુ છે.

આ ગ્રંથમાં વર્ણિત નીતિ નિયમોનું જે લોકો પાલન કરશે તે જ લોકો કળિયુગથી સત્યયુગમાં પ્રવેશ કરવામાં સક્ષમ થશે અને ત્યારે જે ઉદ્દેશ્યથી પંચસખાઓ દ્વારા મહાપ્રભુ શ્રી જગન્નાથજીના નિર્દેશનુ પાલન કરતા ભવિષ્ય માલિકા ગ્રંથની રચના કરાઈ હતી. તેનો ઉદ્દેશ્ય સફળ સાબિત થશે અને માનવ સમાજના કલ્યાણ હેતુ અત્યંત ઉપયોગી સાબિત થશે. કેવળ માલિકા ગ્રંથના માધ્યમથી જ વિશ્વમાં સનાતન ધર્મનો પ્રચાર પ્રસાર થશે અને ભકતોનું એકત્રીકરણ થશે તથા અંતમાં માત્ર એક જ સનાતન ધર્મ જ સમગ્ર વિશ્વમાં રહેશે.

આ ભવિષ્ય માલિકા ગ્રંથને અમે વિશ્વના બધા સાધુ, સંત, જ્ઞાની, સજજનો અને ભકતોને ઉદ્ધારના ઉદેશ્યથી સમર્પણ કરીએ છીએ.

અધ્યાય - ૧

કળિયુગના અંત સમયમાં ભવિષ્ય માલિકાની આવશ્યકતા

યુગ ચક્રના આધાર પર પહેલો સત્ય યુગ, બીજો ત્રેતા યુગ, ત્રીજો દ્વાપર યુગ અને અંતમાં કળિયુગનુ આગમન થાય છે. વર્તમાન સમયમાં કળિયુગની સંપૂર્ણ આયુ સમાપ્ત થઈ ગઈ છે અને યુગ સંધ્યા સમય ચાલી રહ્યો છે. કોઈ પણ યુગનો અંત અને એક નવા યુગનો પ્રારંભ સમયને યુગ સંધ્યા અથવા સંગમ યુગ કહેવાય છે. કળિયુગની આયુ મનુસ્મૃતિના આધાર પર ૪૩૨૦૦૦ વર્ષની મનાય છે. પરંતુ મનુષ્ય કૃત્ય ઘોર પાપ કર્મોને કારણ ૪૨૭૦૦૦ વર્ષો ક્ષય થઈ જશે અને માત્ર ૪૮૦૦ વર્ષ જ ભોગ થશે એવું વર્ણન મળે છે. મનુસ્મૃતિના અનુસાર નીચેના શ્લોક આનું પ્રમાણ આપે છે.

चत्त्वार्य्जाहु सहस्राणि वर्षाणां तत्कृतम्युगम्
तस्य तवच्छता संध्या संध्यां शश्च तथा विधः

અર્થાત્, ચાર હજાર વર્ષો પછી સત્યયુગ આવે છે. (કૃતયુગ - સત્યયુગ) આ ચાર હજાર વર્ષની પરમાયુ તથા તેની સંધ્યા અને સંધ્યાશનો કાળ એટલો જ શત વર્ષ હોય છે.

અર્થાત્

કળિયુગની આયુ ૪૦૦૦ વર્ષ

આરંભ અને અંતમાં બે સંધ્યા - ૪૦૦ X ૨ =૮૦૦ વર્ષ

કુલ મળીને ૪૮૦૦ વર્ષ કળિયુગનો ભોગાભોગ સમય છે.

કાળાંતરમાં પંચ સખાઓમાંથી અન્યતમ સખા, શ્રી અચ્યુતાનંદ દાસજી દ્વારા ભગવાન શ્રી વિષ્ણુજીના મહાપ્રભુ નિરાકાર (શ્રી જગન્નાથજી) ના નિર્દેશથી કળિયુગની આયુ અથવા ભોગાભોગ સમયને મનુસ્મૃતિનાં વર્ણિત ૪૮૦૦ વર્ષને પુનઃ બદલીને ભવિષ્ય માલિકામાં ૫૦૦૦ વર્ષ લખ્યો છે.

"चारि लक्ष जे बतिश सहस्त्र,
कलियुग र अटइ आयुष।
पाप भारा रे कलि तुटि जिब,
पांच सस्त्र कलि भोग होइब।"

ઉપર કહેલી પંક્તિઓમાં અચ્યુતાનંદ દાસજી મહારાજ કહે છે કે કળિયુગની આયુ ૪૩૨૦૦૦ વર્ષની છે. પંરતુ મનુષ્ય કૃત પાપ કર્મોને કારણે તેની આયુ ક્ષય થઈને માત્ર ૫૦૦૦ વર્ષ થઈ જશે. વર્તમાનમાં માતા બિરજા પંજિકા, જગન્નાથ પંજિકા, કોહિનૂર પંજિકા આદિના હિસાબથી કળિયુગની આયુનો પ્રારંભથી આજ સુધી ૫૧૨૫ વર્ષ ભોગ ચાલી રહ્યો છે. આનો અર્થ એ છે કે, કળિયુગ સંપૂર્ણરૂપે સમાપ્ત થઈ ગયો છે અને આપણે યુગ સંધ્યા અથવા સંગમ યુગમાં પદાર્પણ કરી ચૂક્યા છે. આ કારણે વર્તમાન સમયમાં માનવ સમાજના કલ્યાણ હેતુ ભવિય માલિકા ગ્રંથની અતિ આવશ્યકતા છે પુનઃ મહાપુરુષ અચ્યુતાનંદ દાસજી (સુદામાજી) ભવિષ્ય માલિકામા કહે છે.

"संसार मध्यरे केमंत जाणिबे नर अंगे देह बहि

गत आगत जे युग र ब्यबस्था समस्तन्कु जणा नाहीं-(शिवकल्पनवखंडनिर्घण्ट)

મહાપુરુષ અચ્યુતાનંદ દાસજી મહારાજે માલિકા ગ્રંથ - શિવ કલ્પ નવ ખંડ નીર્ધણ્ટમાં વર્ણન કર્યુ છે. મનુષ્ય માયા મોહમાં ભ્રમિત થઈ યુગ પરિવર્તન અથવા તેના આદિ અંતમાં આવનાર આપદા સંબંધી વાતો જાણી નહી શકે. જ્ઞાનિ સજજન પણ પથભ્રષ્ટ અને ભ્રમિત થઈ જશે અને આધ્યાત્મિક પરિવેશમાં પણ મોટી મોટી વાતો કરશે કે હજી તો કળિયુગની માત્ર બાલ્યાવસ્થા જ ચાલે છે.

"उदयतिः यदि भानु पश्चिम दिग बिभागे,
बिकशति यदि पद्म पर्वतानां शिखाग्रे।
प्रचलति यदि मेरु शितो तापती बन्ही,
नटलतिं खडू बाक्य सज्जनानां कदाचित।"

અર્થાત્

આવનાર સમયમાં સૂર્યદેવ પશ્ચિમમાં ઉદય થઈ શકે છે. પર્વત શિખર પર કમળ ઉગી શકે છે. મેરુ પર્વત દક્ષિણથી ઉત્તરમાં જઈ શકે છે, અગ્નિ ઠંડક પ્રદાન કરી શકે છે, પરંતુ માલિકા ગ્રંથમાં વર્ણિત અચ્યુતાનંદ દાસજીની વાણી અથવા કોઈપણ સંત સજજન અને મહાપુરુષોની વાણી કદાચિત બદલી શકાતી નથી.

અધ્યાય - ૨

ભવિષ્ય માલિકા ગ્રંથના રચયિતા કોણ છે ?

સત્ય, ત્રેતા, દ્વાપર અને કળિયુગ આ ચારે યુગોમાં ભગવાનના પંચસખા આ ધરતી પણ જન્મ લે છે. યુગના અંતમાં ભગવાન વિષ્ણુના ધર્મ સંસ્થાપનના કામમાં, પંચસખા પોતાનો સહયોગ આપે છે. યુગ કર્મ પુરુ કર્યા પછી ભગવાન વિષ્ણુ ગોલોક વૈકુંઠ પ્રત્યાવર્તન (પાછા ચાલ્યા જાય છે) કરે છે, પંચસખાઓનો જન્મ ભગવાનના અંગથી થાય છે. દરેક યુગમાં ભિન્ન ભિન્ન રૂપમાં પંચસખા ધરા પર અવતીર્ણ થાય છે.

ભવિષ્ય માલિકા ગ્રંથ અને પુરાણોમાં એ પ્રમાણ મળે છે કે, સત્ય યુગમાં આ પંચ સખાઓના નામ હતા - નારદ, માર્કંડ, ગાર્ગવ, સ્વયંભૂવ અને કૃપાજલ. સત્યયુગના અંતમાં પોતાના કાર્ય સમાપ્ત કરી આ પંચસખા પાછા ગોલોક - વૈકુંઠ ચાલ્યા ગયા હતા.

પુનઃ ત્રેતા યુગના અંતમાં ભગવાન શ્રીરામચંદ્રજીના ધર્મ સંસ્થાપનાના સમયે, આ પંચ સખાઓએ ફરી જન્મ લીધો હતો. ત્યારે તેમના નામ હતા - નલ, નીલ, જામવંત, શુષેણ અને હનુમાન. હનુમાનજી રૂદ્ર અવતાર છે. છતાં પણ પંચ સખાઓમાંથી એક બની ભગવાન શ્રીરામચંદ્રજીના ધર્મ સંસ્થાપના કાર્યમાં તેમણે સહાયતા કરી. પોતાના કાર્ય સમાપ્ત કરી આ પંચસખા પાછા ગોલોક વૈકુંઠ ચાલ્યા ગયા.

દ્વાપરયુગમાં પુનઃ પંચસખાઓએ જન્મ લીધો અને ભગવાન શ્રીકૃષ્ણજીના આગમન અને ધર્મ સ્થાપનાના કાર્યમાં તેમણે પોતાનુ યોગદાન આપ્યુ. દ્વાપરયુગમાં તેમના નામ હતા - દામ,સુદામા, સુબલ, સુબાહુ અને શ્રીબચ્છ. કળિનુ પછી આગમન થયું. અને કળિયુગના અંતથી લગભગ ૫૦૦ વર્ષ પૂર્વ, ભગવાનના પંચ સખાઓએ ફરી જન્મ લીધો. કળિયુગના પંચસખાઓના નામ હતા - અચ્યુતાનંદ દાસ, અનંત દાસ, યશોવંત દાસ, જગન્નાથ દાસ અને બલરામ દાસ. આ કળિયુગમાં સ્વયં નિરાકારજીના નિર્દેશથી, પંચ સખાઓએ ધરા અવતરણ કર્યુ અને તે જ શ્રી ભગવાનના નિર્દેશથી જ દિવ્ય ભવિષ્ય માલિકા ગ્રંથની રચના કરી.

ભગવાન કહે છે, આ ધરતી પર જયારે જયારે પાપનો ભાર વધે છે,ધર્મની ગ્લાનિ થાય છે અને જયારે બધા લોકોના મનમાં દયા, ક્ષમા, સ્નેહ, પ્રેમ આદિના બદલે હિંસા, દ્વેષ, ક્રોધ, કામ, ઈર્ષ્યા આદિ આવી જાય છે ત્યારે ત્યારે યુગના અંતમા મારા ચારે યુગોના ભક્તોના દુ:ખ દુર કરવા માટે પૃથ્વી પર સત્ય, શાંતિ, દયા, ક્ષમા અને પ્રેમની સંસ્થાપના

કરવા, ધરતી માતાનો ભાર હલકો કરવા, દુષ્ટોનો વિનાશ કરવા, સંતોની રક્ષા કરવા, હું આ ધરતી પર કલ્કિના રૂપમાં અવતાર ગ્રહણ કરીશ. મારા અવતરણ પહેલા તમે પંચસખા ધર્મને પુનઃ સ્થાપિત કરવા અને ચારે યુગોના ભક્તોના ઉદ્ધાર માટે, એકત્રીકરણ માટે અને તેમને ભ્રષ્ટ માર્ગ પરથી સત્યના માર્ગ પર લાવવા માટે, ભવિષ્ય માલિકા ગ્રંથની રચના કરો.

આ કારણે અચ્યુતાનંદ દાસજી લખે છે કે,

"हेतु रसाइबा पाईं कि अच्युत साहास्त्र पुराण कले।

कलि काल ठारु बलि काल जाएं हक कथा टा लेखिले"

અર્થાત્,

ભક્તોની સુપ્ત ચેતનાને જાગૃત કરવા માટે મહાપુરુષે કળિયુગથી સંગમ યુગ સુધી અને સંગમ યુગથી સત્યયુગ સુધી થનારી બધી ઘટનાઓને ભવિષ્ય માલિકા ગ્રંથના રૂપમાં ઉલ્લેખ કર્યો છે. આના વાચનથી કળિયુગના ભક્તોની ચેતના જાગૃત થશે અને તે ભગવાનને શોધી તેમની શરણમાં જશે.

મહાપ્રભુ અનાદિ આદિકંદ હરિ, જગતના નાથ જગન્નાથજીએ મહાપુરુષ અચ્યુતાનંદ દાસજીને એક કમળની માળા આપીને નિર્દેશ આપ્યો હતો કે જે સ્થાન પર આ માળાના બધા પુષ્પ તુટીને વિખરાઈ જાય તે સ્થાન જ તમારુ સાધના પીઠ હશે. પ્રભુ જગન્નાથજીના નિર્દેશ પર આજ્ઞા માળા લઈ પવિત્ર શ્રી-ક્ષેત્રથી નીકળી જયારે શ્રી અચ્યુતાનંદ ઉડિયાના કેન્દ્રપાડા જીલ્લામાં નેમાલ, ચિત્રોત્પલા નદીના કિનારે એક પવિત્ર સ્થાને પહોંચ્યા. ત્યાં માળાનુ અંતિમ પુષ્પ તુટીને પડી ગયુ. આ સ્થાન પર શાસ્ત્રના અનુસાર સત્યયુગમાં સમુદ્રમંથનથી નીકળેલ પદ્મ પુષ્પ પર પડ્યુ હતુ. માટે આ સ્થાનનો પદ્મવન કહેવાય છે. મહાપુરુષ અચ્યુતાનંદ દાસજીએ આ સ્થાન પર જ પોતાની સાધના આરંભ કરી.આ સ્થાન

પર જ ધ્યાન મગ્ન થઈ સત્ય,ત્રેતા, દ્વાપર અને કળિ,ચારે યુગોના ભક્તોનો ઉદ્ધાર કરવા માટે લાખો શાસ્ત્ર અને પુરાણોની રચના કરી.તે સ્થાન પછી મહાપુરુષ અચ્યુતાનંદ દાસજીના સિદ્ધ સ્થળના રૂપમાં ઉભરી સંસારની સમક્ષ પ્રકટ થયું. અચ્યુતાનંદજી એ પ્રભુના ચરણ કમળોમાં ધ્યાન કરતા કરતા આ સિદ્ધ સ્થળ વિશે લખ્યુ છે કે,

"श्री अच्युत दास नेमाले निवास पद्म बने तांक स्थिति,
प्रभु न्क आज्ञा रु अनुभव करि लक्षे ग्रंथ लेखिछंति।
छतिस संहिता बास्तरि गीता वंशानु सप्त बिन्स रे,
उपवंशानु द्वादस खंड बेनी भविष्य सप्त खंडरे "

અર્થાત્,

મહાપુરુષ અચ્યુતાનંદ દાસજીએ આ સ્થાન પર જ ધ્યાન મગ્ન થઈ એક લાખથી વધારે ગ્રંથોની રચના કરી છે.તેમાંથી ૩૬ સંહિતા, ૭૨ ગીતા, ૨૭ વંશાનુચરિત્ર, ૨૪ ઉપવંશાનુ ચરિત્ર અને ૧૦૦ માલિકા ગ્રંથોની રચના કરી છે. આમને છોડી બાકી ચારે પંચ સખાઓ અનંત દાસજી મહારાજ, યશોવંત દાસજી મહારાજ, જગન્નાથ દાસજી મહારાજ અને બળરામ દાસજી મહારાજે પણ અસંખ્ય માલિકા ગ્રંથોની રચના કરી છે. આટલા બધા ગ્રંથોની રચના કર્યા છતાં પંચસખા કહે છે કે, અમે કશુ લખ્યુ નથી. બધુ મહાપ્રભુજીની આજ્ઞાથી વિશ્વ માનવ કલ્યાણ હેતુ ભવિષ્ય માલિકા ગ્રંથની રચના થઈ છે. સત્ય યુગમાં તપી, ત્રેતામાં કપિ, દ્વાપરમાં ગોપી અને કળિયગુમાં ભક્તના રૂપમાં ચાર યુગોના ભક્ત આ અનંત યુગમાં ધરતી પર ફરી અવતીર્ણ થયા છે. તેમની સુપ્ત ચેતનાને જાગૃત કરવા અને પ્રભુની લીલામાં જોડાવાનો સમય આવી ગયો છે. અને આ વિષયમાં જાગૃતિ લાવા, ગોલોક- વૈકુંઠના પૂર્ણ સંસ્કારને જાગૃત કરવા માટે, પંચસખા દ્વારા માલિકા ગ્રંથની રચના કરાઈ છે. ભક્ત વિશ્વના કોઈપણ ખુણામાં રહે માલિકાના શ્રવણ અને વાંચન પછી તેમની પૂર્વ ચેતના જાગૃત થશે અને તેમને પ્રભુનુ સ્થાન મળશે અને તે ત્યાં પ્રભુની શરણમાં જશે. ચારે યુગોના ભક્ત, પ્રભુજીના ચરણમાં આવી શરણ લેશે અને **અનંત યુગમાં** ધર્મ સ્થાપનાના કાર્યમાં યોગદાન આપશે. ભક્તો મહાપ્રભુજીનુ સ્થાન શોધી તેમના સત્ય યુગ માટે અપાયેલ નીતિ - નિયમોનો સમગ્ર વિશ્વમાં પ્રચાર પ્રસાર કરશે. ભક્ત જન પ્રભુજીના નામ 'ગુણ' મહિમાનો જય જય કાર કરશે. ધર્મ સંસ્થાપના ના કાર્યમાં પોતાને નિયોજિત કરશે. આ કારણે અચ્યુતાનંદજી લખે છે કે,

"भकते उदे होइबे, गां गां बुलि मेलि करिबे, रामचन्द्र रे। हरि चरणे भजिबे, रामचन्द्र रे"

અર્થાત્,

ભક્તો જયાં પણ જશે પોત પોતાની અંદર મળી ભજન કિર્તન કરશે અને ધર્મનો પ્રચાર કરશે.

<u>પંચસખા પરિચય</u>

મહાપુરુષ અચ્યુતાનંદજીનો જન્મ સન ૧૪૮૫ માં ઉડિસાના કેન્દ્રપાડા જીલ્લાના તિલકણા (ત્રિપુરા પણ કહેવાય છે) ગામમાં પિતા દીનબંધુ ખુંટિયા અને માતા પદ્માવતીજીના ખોળામા થયો હતો. મહાપુરુષ અચ્યુતાનંદ દાસજી ૧૮૫૦૦૦ ગ્રંથોની રચના કરી હતી. અને એક જયેષ્ઠ એકાદશી પર નેમાલ પીઠમાં સમાધિસ્થ થઈ ધ્યાનમાં બેઠા અને પૂર્ણિમાના દિવસે પોતાની ઈચ્છાથી અંતર્ધાન થઈ ગયા. તેમના ગ્રંથોમાં હરિવંશ પુરાણ, ગોપાલન્ક ઓગાલઓ લઉડી ખેલ, બારમાસિ ગીતા, શૂન્ય સંહિતા, અણાકાર બ્રહ્મ સંહિતા, મણિબંધ ગીતા, જુગાબ્ધિ ગીતા, બીજસાગર ગીતા, અભેદ કવચ, અષ્ટ ગુજજરી નવ ગુજજરી, શરણ પંજર સ્ત્રોત, બીજ વાચક, માન મહિમા અને ઘણા બધા ભજન, પટલ, રાસ, જણાણ, ચઉતિસા (ઉડિયા ભાષામાં ૩૪ અક્ષર થી શરૂ થનારી કવિતા-૩૪ પદવાળી કવિતા), ટીકા, માલિકા આદિ શ્રેષ્ઠ છે અને કુલ મળીને લાખો ગ્રંથોની રચના કરી છે.

મહાપુરુષ શિશુ અનંત દાસ ઉડિસામાં પુરી જીલ્લામાં ભુવનૈશ્વર પાસે બાલિયાપાટણા ગામમાં ૧૪૮૮ માં પિતા કોપિલેન્દ્ર અને માતા ગૌરા દેવીના ખોળામાં પ્રકટ થયા હતા. તેમણે પણ અસંખ્ય ગ્રંથો અને માલિકાની રચના કરી છે. તેમના ગ્રંથોમાંથી હેતુ ઉદય ભાગવત, ભક્તિ મુક્તિ દાયક ગીતા, શિશુ વેદ ટીકા, શૂન્ય નામ ભેદ, અર્થ તારેણી, ઉદે બાખરા, ઠીક બાખરા અને ઘણા બધા ભજન, ચઉતિસા માલિકા ગ્રંથ આદિ મુખ્ય રચનાઓ છે.

શ્રી જગન્નાથજી દાસજી મહારાજનો જન્મ ઉડિસાના પુરી જીલ્લામા કપિલેશ્વર ગામમાં પિતા ભગવાન દાસ અને માતા પદ્માવતીના ખોળામા થયો હતો. તેમણે સંસ્કૃત શ્રીમદ્ ભાગવત બાદ સર્વપ્રથમ ઉડિયામાં શ્રીમદ્ ભાગવત મહાપુરાણની રચના કરી હતી. તેમણે અન્ય ઘણા પુરાણ શાસ્ત્ર અને ભવિષ્ય માલિકા ગ્રંથની રચના કરી છે. તેમના ગ્રંથોમાંથી ષોલ ચઉપદિ, ચારિ ચઉપદિ, તુલાભિણા, દારુ બ્રહ્મ ગીતા, દીક્ષા સંબાધ, અર્થ કોઇલિ, મૃગુણી સ્તુતિ, ગુપ્ત ભાગવત, અનામ્ય કુંડળી, શ્રીકૃષ્ણ કલ્પલતા, નિત્ય ગુપ્ત ચિંતામણિ, નીલાદ્રી ભિલાસ, કલિ મલિકા, ઈન્દ્ર માલિકા ગ્રંથ આદિ પ્રમુખ છે. તેમના શાસ્ત્ર જ્ઞાન અન ભક્તિમાં વિમુગ્ધ થઈ શ્રી ચૈતન્ય મહાપ્રભુજી તેમને **અતિબડિ** ઉપાધિથી વિભૂષિત કર્યા હતા.

મહાપુરુષ બલરામદાસજી ઉડિસાની પુરી જીલ્લામાં ચન્દ્રપૂર ગામમાં ૧૪૭૦ માં પિતા સોમનાથ મહાપાત્ર અને માતા મહામાયાના ખોળામાં પ્રકટ થયા હતા. દાઢયતા ભક્તિ, દાંડી રામાયણ, બ્રહ્માંડ ભૂગોળ, બઉલા ગાઈ ગીતા, કમળ લોચન ચઉતિસા, કાન્ત કોઇલિ, લક્ષ્મી પુરાણ, બેઢા પરિક્રમા, સપ્તાંગ યોગસાર ટીકા, વ્રજ કવચ, જ્ઞાન ચુડામણી, બ્રહ્મ ટીકા આદિ ઘણા બધા શાસ્ત્ર પુરાણ અને માલિકા ગ્રંથની પણ રચના કરી છે. તેમણો દેહત્યાગ પુરી જીલ્લામાં સમગરા પાટ નામક સ્થળ પર થયો હતો.

મહાપુરુષ યશોવંત દાસજીનો જન્મ ઉડિસાના કટક જીલ્લામા અઢંગ નિકટસ્થ નંદી ગામના ક્ષેત્રીય વંશમા ૧૪૮૨ માં પિતા બળભદ્ર મલ્લ અને માતા રેખા દેવીના ખોળામા થયો હતો. તેમણ ચૌરાસી આજ્ઞા, શિવ સ્વર કવચ,ષષ્ઠીમળા, પ્રેમ ભક્તિ બ્રહ્મ ગીતા, ટીકા ગોવિંદ ચંદ્ર આદિ ઘણા શાસ્ત્ર પુરાણની સાથે સાથે ઘણા માલિકા ગ્રંથોની પણ રચના કરી છે. તેમણ દેહ ત્યાગ માર્ગશીર્ષ માસની શુકલ પક્ષની ષષ્ઠીના દિવસે કર્યો હતો.

પંચસખા આધ્યાત્મિક તત્વજ્ઞાન સંપન્ન હતા. તે સમયે તે બધા નિરાકારની સાથે સુક્ષ્મ સંપર્કમાં રહેતા હતા અને નિરાકારજી જે આગત ભવિષ્ય ના વિશે કહેતા હતા તા બધુ તે ભવિષ્ય માલિકા ગ્રંથમાં લખતા હતા. આ વિશે બ્રહ્મ ગોપાલ મહાજ્ઞાતા અચ્યુતાનંદજી ઉલ્લેખ કરે છે કે,

"आगम भाव जाणे यशोबंत
गारकटा जंत्र जाणे अनंत
आगत नागत अच्युत जाणे
बलराम दास तत्व बखाणे
भक्ति रभा वजाणे जगन्नाथ
पंचसखा ए ओडिशा महन्त।
म्लेच्छ पतित उद्धारिबा पाईं
जनम लभिले ओडिशा भुईं।"

- પંચસખાઓમાંથી શ્રી યશોવંત દાસજી મહારાજ આગમ નિગમના સંબંધમાં બધી વાતોને જાણવામાં સમર્થ હતા.
- મહાપુરુષ શિશુ અનંત દાસજી મહારાજ સાંકેતિક ગણિતના માધ્યમથી ભવિષ્ય જાણવામાં નિષ્ણાંત હતા.
- મહાપુરુષ અચ્યુતાનંદ દાસજી મહારાજ અતિત, વર્તમાન, ભવિષ્ય આદિ સમસ્ત કાળના તત્વ જ્ઞાન સંપન્ન હતા.
- મહાપુરુષ બળરામદાસજી મહારાજ શાસ્ત્ર અને બ્રહ્માંડ તત્વ જ્ઞાન સંપન્ન હતા.

- અષ્ટદિશ પુરાણના ભક્તિ તત્વનુ જ્ઞાન સૌથી અધિક મહાપુરુષ જગન્નાથ દાસજી મહારાજને જ હતુ.

પંચ સખાઓએ ભવિષ્ય માલિકા ગ્રંથના માધ્યમથી જે ભવિષ્ય વાણી કરી છે તેમાં ખાસ કરીને શ્રી જગન્નાથજી તથા નિરાકરજીના નિર્દેશથી ભક્તોનો ઉદ્ધાર, ભક્ત અને ભગવાનનુ મિલન, પાપી અને દુરાચારીઓનો વિનાશ અને દિવ્ય સત્યગુના આરંભના સંબંધમાં ભવિષ્ય માલિકા ગ્રંથમાં ઉલ્લેખ કર્યો છે. આ ગ્રંથ જ આજે મનુષ્ય સમાજ માટે મૃત્યુ સંજીવની છે.

વર્તમાન સમયમાં બ્રહ્માંડમાં જે મહાવિનાશનો સમય નજીક છે તો આવા સંધિ સમયમાં ભવિષ્ય માલિકાનુ અનુસરણ કરી મહાપ્રભુજીના નામ અને તેમની શરણમાં જવા સિવાય અન્ય કોઈ માર્ગ નથી.

અધ્યાય ૩

ચતુર્યુગ ગણનાના સંબંધમાં વિચાર

બ્રહ્માંડ તત્વના અનુસાર સંસારમાં ક્રમશઃ ચાર યુગોનો ભોગ થાય છે. આ ચાર યુગો છે. સત્ય યુગ, ત્રેતા યુગ, દ્વાપર યુગ અને કળિયુગ. સત્ય યુગમાં ધર્મના ચાર પગ હોય છે. અને તેની આયુ છે ૪૦૦૦ દિવ્ય વર્ષ એટલે ૧૭,૬૮,૦૦૦ માનવ વર્ષ. આ યુગમાં જે ધર્મના ચાર પગ છે તે છે – સત્ય, સ્વચ્છતા, દયા અને ક્ષમા. પૂર્ણતા ધર્મના કારણે સત્ય યુગમાં બધા પ્રાણી આનંદમયુ જીવન જીવે છે. અને માનવ સમાજમાં સુખ, શાંતિ, સમૃદ્ધિ સ્થાયિત્વ પરિલક્ષિત હોય છે.

સત્ય યુગ પછી ત્રેતા યુગનુ આગમન થાય છે. જેની આયુ ૩૦૦૦ દિવ્ય વર્ષ એટલે કે ૧૨૯૬૦૦૦ માનવ વર્ષની છે. આ યુગમાં ધર્મના ત્રણ પગ હોય છે અને એક પગ હાંસ હોય છે. ધર્નાં આ ત્રણ પગ છે –સત્ય, દયા અને ક્ષમા અને જે એક પગ સમાપ્ત થાય છે એ છે સ્વચ્છતા.

ત્રેતા યુગ બાદ દ્વાપર યુગનુ આગમન થાય છે જેની અવધિ ૨૦૦૦ દિવ્ય વર્ષ એટલે ૮૬૪૦૦૦ માનવ વર્ષની છે. આ યુગમાં ધર્મ માત્ર બે પગ ઉપર જ સ્થાયિત હોય છે. સત્ય અને ક્ષમા.

દ્વાપર યુગ બાદ કળિયુગ આવે છે. કળિયગુની આયુ ૧૦૦૦ દિવ્ય વર્ય એટલે ૪૩૨૦૦૦ માનવ વર્ષની છે. આ યુગમાં ધર્મનો માત્ર એક પગ શેષ રહે છે. – સત્ય. કળિયુગના અંતમાં ધર્મના એક પગનો પણ ક્ષય થઈ જાય છે.

આ ચાર યુગોની આયુ ઉપરાંત દરેક યુગની સંધ્યા અથવા સંધિ સમય પણ હોય છે. સત્ય યુગનો ૮૦૦ દિવ્ય વર્ષની સંધ્યા સમય છે. ત્રેતાની ૬૦૦ દિવ્ય વર્ષની, દ્વાપરની ૪૦૦દિવ્ય વર્ષ અને કળિયુગની સંધ્યા સમય ૨૦૦ દિવ્ય વર્ષની છે. આ યુગોની અવધિ અને દરેક સંધ્યા ગણીને કુલ ૧૨૦૦૦ દિવ્ય વર્ષોની એક ચતુર્યુગી હોય છે.

વૈવસ્વત મનુજીની મનુસ્મૃતિ શાસ્ત્ર પ્રમાણે કળિયુગના અંત સમયમાં ધર્મ કેવળ દાનના માધ્યમથી પોતાની અંતિમ અવસ્થામાં ટકી રહેશે. પરંતુ મહાપુરુષ પંચસખાએ ભવિષ્ય માલિકામા કળિયુગની આયુ અને મનુમસ્મૃતિમાં કહેલ સમય અને સ્થિતિના વર્ણનમાં સંશોધન કરી, પ્રભુજીની આજ્ઞાથી આ યુગ વ્યવસ્થાનુ વિસ્તૃત ભવથી વર્ણન કર્યુ છે.

"धर्म चारिपाद निश्चय कटिब हरि आश्रा कर नर,

सुकर्म कुकर्म बिचारी पारिले पाद पड्ने स्थान पाई"

અર્થાત્

ભવિષ્ય માલિકામાં મહાપુરુષ અચ્યુતાનંદજી લખે છે કે કળિયુગ પૂર્ણ થવાના સમયે, ધર્મના ચારે પગ સમાપ્ત થઈ જતાની સાથે મોટી મોટી આપદાઓ, દુકાળ પૃથ્વી પર આવશે. મહાપુરુષ ઉક્ત સમયને સંગમ યુગ અથવા યુગ સંધ્યાના નામથી ઓળખાવે છે. તેમણે એ પણ ચેતવણી બધાને આપી છે કે હરિ નામ ગુણનુ ભજન કરી, માલિકા ગ્રંથનું અનુસરણ કરીને, વૈદિક ધારામાં ચાલતા મનુષ્ય સત્યયુગમાં જઈ શકે છે.

चत्त्वार्य्जाहु सहस्राणि वर्षाणां तत्कृतम्युगम्
तस्य तवच्छता संध्या संध्यां शश्च तथा विधः

મનસ્મૃતિ પ્રમાણે - ૪૦૦૦ વર્ષ પછી સત્ય યુગ આવે છે. આ ૪૦૦૦ વર્ષની પરમાયુ તથા તેની સંધ્યા અને સંધ્યાનો કાળ પરમાયુની એક દસમાંશ હોય છે.

અર્થાત્ -

કળિયુગની આયુ - ૪૦૦૦ વર્ષ.

કળિયુગ આરંભ અને દ્વાપર અંતમાં બે સંધ્યા - ૪૦૦ X ૨ = ૮૦૦ વર્ષ.

"चत्त्वार्य्जाद सहश्राणि चत्त्वार्य्जादश तानिचम्,

कलेर्य्यदा गमिस्यंति तदापूर्वम्युगाश्रितम्।"

(निर्णयसिंधु)

નિર્ણય સીંધુના એક શ્લોકમાં સ્પષ્ટરૂપે એમ કહેવાયુ છે કે ૪૦૦૦ વર્ષ પછી સંધ્યા સમય ૪૦૦ વર્ષ પછી તેના પછીનો યુગ પ્રારંભના સંધ્યા સમયના ૪૦૦ વર્ષને મળાવી, કળિયુગનો કુળ ૪૮૦૦ વર્ષનો ભોગ સમય છે.

"अदाश्वत्वः सहश्राणि कलै चतुः शतानिचम्,

गते गिरि बरेहि श्री नाथ प्रादुर्भविष्यतिं।"

- (गर्गसंहिता)

ગર્ગ સંહિતાના એક શ્લોક પ્રમાણે કળિયુગના ૪૦૦૦ વર્ષનો ભોગ થયા બાદ, તેની સંધ્યા સમયના ૪૦૦ વર્ષ પછી, ભગવાન મહાવિષ્ણુ (શ્રીનાથજી) ધરતી પર આવતાર લેશે અને પાપના ભારનુ નિવારણ કરશે. .

ઉપર કહેલા શાસ્ત્ર મનુસ્મૃતિ, નિર્ણય સીંધુ અને ગર્ગ સંહિતામાં કહેલ ટિપ્પણિયોના અનુસાર કળિકાળના આયુ ૪૦૦૦ વર્ષની છે. તેનો એક દશમાંશ (૧/૧૦) સંધ્યા સમય ૪૦૦ વર્ષ છે. કળિયુગના પ્રારંભ પહેલા તેની સંધ્યાનો ૪૦૦ વર્ષનો ભોગ થશે અને કળિયુગના અંત પછી ૪૦૦ વર્ષની તેની સંધ્યા, અર્થાત ૪૦૦૦ + ૪૦૦ + ૪૦૦ = ૪૮૦૦ વર્ષનો માત્ર કળિયુગનો સંપૂર્ણ ભોગ સમય હશે.

મનુસ્મૃતિ, નિર્ણય સીંધુ અને ગર્ગ સંહિતા શાસ્ત્ર પ્રમાણે કળિયુગના ૪૮૦૦ વર્ષનો જ ભોગ થવો જોઈએ. પરંતુ આ બધા શાસ્ત્રોની રચનાના હજારો વર્ષ વીતી જવા પછી, આ કળિયુગના આજથી લગભગ ૬૦૦ વર્ષ પહેલાં મહાપુરુષ પંચસખાઓએ ભવિષ્ય માલિકા ગ્રંથની રચના કરી. અને નિરાકરજીના નિર્દેશ પર પંચસખાઓએ પોતાની માલિકા ગ્રંથમાં જૂના શાસ્ત્રોના વર્ણનને થોડુ સંશોધન કરી, ૪૮૦૦ વર્ષમાં ૨૦૦ વર્ષ જોડી, કળિયગુની આયુ ૫૦૦૦ વર્ષ ભોગ થવાનુ વર્ણન કર્યુ છે.

"चारि लक्ष जे बतिश सहस्त्र,
कलियुग र अटइ आयुष
पाप भारा रे कलि तुटिजिब,
पांच सस्र कलि भोग होइब।।"
(भक्तचेतावनी- अच्युतानंद)

મહાપુરુષ અચ્યુતાનંદજી, નિરાકરણજીની આજ્ઞાથી પોતાના ગ્રંથ 'ભક્ત ચેતવણી 'માં પ્રમાણ આપે છે કે કળિયુગનો સંપૂર્ણ ભોગ સમય ૪૩૨૦૦૦ માનવ વર્ષ છે. પરંતુ પાપના ભારથી યુગનો ક્ષય થઈ માત્ર ૫૦૦૦ માનવ વર્ષ ભોગ થશે.

"ठिकणा अमर पुर,

ठाकुर तहीं रु हेबे बाहार, रामचन्द्ररे,

ठारि पांच सहस्र कु धर, रामचन्द्ररे"

(भविष्यतचउतिसा, अच्युतानंद)

મહાપુરુષ અચ્યુતાનંદજી પોતાના ગ્રંથ **ભવિષ્યત ચઉતિસામાં** પણ પ્રમાણ આપે છે કે કળિયુગનો માત્ર ૫૦૦૦ વર્ષ જ ભોગ થશે. તેમણે આ ગ્રંથમાં સ્પષ્ટપણે કહ્યુ છે કે, નિલાચલ ધામ આદિ વૈકુંઠ ધામ ક્ષી જગન્નાથપુરી ધામથી જ ભગવાન શ્રી જગન્નાથજી મનુષ્ય રૂપમાં કલ્કિ અવતાર ધારણ કરશે અને ત્યારે જ કળિયુગના ૫૦૦૦ વર્ષનો ભોગ થઈ ચુક્યો હશે. અર્થાત્ ૫૦૦૦ વર્ષો પછી જ્યારે કળિયુગ સમાપ્ત થશે ત્યારે મહાપ્રભુ જગન્નાથજી મનુષ્યરૂપમાં ધરતી પર અવતાર લેશે.

"ठिकणा अच्युत कले,

'ठ' तिनी बामे पांच रखिले रामचन्द्र हे।

ठकि जिब मिन शनी भले रामचन्द्र हे।।"

(भविष्यतमालिका-अच्युतानंद)

પુનઃ મહાપુરુષ અચ્યુતાનંદજીએ પોતાના ગ્રંથ **'ભવિષ્યત માલિકા'**માં કહ્યુ છે કે, ઠ (ઉડિયા ભાષામાં ૦) ત્રણ વાર લખી તેની ડાબી બાજુ પાંચ (૫) લખવાથી જે સંખ્યા બનશે તેટલા વર્ષ (૫૦૦૦ વર્ષ) કળિયુગનો ભોગ થયા બાદ જ્યારે મીન રાશિમાં શનિ પ્રવેશ કરશે (વર્ષ ૨૦૨૫ સમજવુ) તે સમયે મનુષ્ય સમાજને ભયાનક વિપર્યય / આપદાનો સામનો કરવો પડશે. અને તે જ સમયે ભક્તો માલિકા ગ્રંથનુ અનુશરણ કરશે અને તે ગ્રંથને સમજી શકશે.

"एबे पांच ठिक कहिबा शुण,

बारंग बिचारे चित्त रे घेन।

पांच सहस्र जेतेबेले हेब,

संपूर्ण लीला प्रकाश होइब"

(महागुप्तपद्मकल्प- शिशुअनंतदास)

પંચસખાઓમાં અન્યતમ સખા મહાપુરુષ શ્રી શિશુ અનંતદાસજી મહારાજે પોતાના ગ્રંથ **'મહાગુપ્ત પદ્મકલ્પ'** માં કળિકાળના વિષયમાં કહ્યુ છે કે, કળિયુગ ૫૦૦૦ વર્ષ પછી પુર્ણ થશે અને ત્યારે ભક્ત અને ભગવાનની લીલાનો પ્રકાશ થશે.

"बारंग बोलइ शुणिमा गोसाईं कुह भविष्य बिचार,
केतेबेले कल्कि अवतार हेबे शुणईं मुखु तुंम्भर।
शिशु बोलंति हे शुणिमा बारंग कलंकी स्वरूप होइ,
युग संधि पांच सहस्र बरष जेबे जिब भोग होइ।
जेसनेक निशि पाहिले प्रभात युग संधि एहा जांच,
सेमंत समये कलंकी स्वरूप हेबे प्रभु नारायण।
समक्षरा बता शुणि आदिकरि प्रमाण एहाकु कर,
सबु एक ठाबे मिशाइ कहिण करिबु पांच हजार।
एहि समय कु लये करिथिबु कहिलि हे बाबु तोते,
ठिकरे ए कथा देखाइ कहिलु रखिथिबु हृद गते"
(आगत भविष्यत- शिशु अनंत)

પુનઃ મહાપુરુષ શ્રી શિશુ અનંતજી મહારાજ પોતાના ગ્રંથ **આગત ભવિષ્યત** માં પોતાના શિષ્ય ભારંગના સવાલનો જવાબ આપતા કહે છે કે, કળિયુગની સંધ્યા સમયમાં અર્થાત્ સંગમ યુગમાં, ભગવાન નારાયણ કલ્કિ અવતાર ધારણ કરશે, અને તે સમયે જ કળિયુગના ૫૦૦૦ વર્ષ પુરા થઈ ગયા હશે.

"संबश्चर पांच सहस्र कलि होइब शेष,
सत्य युग आद्य होइब शुभ जोगे प्रकाश।
साधु संत माने बसिबे सभा आरंभ करि,
सेहि समस्त न्कु पुजिबे पटुआर आबोरि।
हरि शबद रे मातिबे हरि भकत माने,

हरष होइबे हृद रे दुःखी दरिद्र माने।

फिटिब प्रजा न्क कषण कष्ट होइब नाश,

क्षमे हाडि दास भणिले आगत जे भविष्य।

(कलि चउतिसा- हाडि दास)

પંચસખાઓના દેહાવસાન પછી, ઉડિયાના છતિયા મઠના મહંત તથા દિવ્ય દ્રષ્ટા મહાપુરુષ હાડિદાસજી મહારાજ જેમને મહાપુરુષ ,અચ્યુતાનંદજીના નવમાં જન્મના હિસાબે માલિકા શાસ્ત્રમાં પ્રમાણિત કરાયા છે. તેમણે પણ પોતાની દિવ્ય દ્રષ્ટિથી પોતાના ગ્રંથ **કળિ ચઉતિસા**માં ભક્તોના કલ્યાણ હેતુ તથા માનવ સમાજને ચેતવણી આપતા કહ્યુ છે કે, ૫૦૦૦ વર્ષમાં કળિકાળ સમાપ્ત થશે અને તેના પછી સંધ્યાયુગ અર્થાત્ આદિ સત્યયુગનો પ્રકાશ થશે.તે સમયે ભગવાન શ્રીકલ્કિ ધરતી પર માનવરૂપમાં અવતાર લઈ સમાજના પાપ ભારનુ નિવારણ કરશે. સત્ય, શાંતિ, દયા, ક્ષમા, મૈત્રી અને ધર્મની સંસ્થાપના કરશે.

તે સમયે ભગવાન કલ્કિ સુધર્મા મહા મહાસંઘનુ સંગઠન કરશે. સમગ્ર વિશ્વમાં સુધર્મા મહા મહા સંઘ અને સનાતન ધર્મનો પ્રચાર કરશે. સાધુ, સંત, ગામ, નગર, દેશ અને સમગ્ર વિશ્વમાં સનાતન ધર્મનો પ્રચાર થશે. સાધુ સંતોના કષ્ટ દૂર થશે અને દુષ્ટોના વિનાશ થશે.ભક્તો માટે શુભ અને આનંદના દિવસો આવશે.સમગ્ર વિશ્વમાં સત્યનુ વાતાવરણ પ્રતિબિંબિત થશે.

"निश्च अवतार अबनी ऊपर निलांबर पुर बास,

निश्चे पांच सस्र भोग र अंतेण होइथिबु जे नरेश"

(उद्धव भक्ति प्रदायिनी- अच्युतानंद)

મહાપુરુષ અચ્યુતાનંદજી **ઉદ્ધવ ભક્તિ પ્રદાયિની** ગ્રંથમાં શ્રીકૃષ્ણ અને શ્રી ઉદ્ધવજીના મધ્ય કેશોપકથન થાય છે અને તેમાં શ્રી ઉદ્ધવજીના પ્રશ્નના ઉત્તર આપતા ભગવાન શ્રી કૃષ્ણ કહે છે કે, કળિયુગના ૫૦૦૦ વર્ષોનો ભોગ થયા બાદ મહાપ્રભુ તેમનું નીલાંચળ ધામ ત્યાગ કરી કલ્કિ અવતાર માટે મનુષ્ય શરીર ધારણ કરશે.

"चहटिब लीला तु चारि रे मिशा एक,

चढा तिनि शुन तहिं जेते हेला ठीक ।

चलिजिब घोर कलि दलिदेबे मिलि,

चेताइण गीते कहे अच्युत जे भालि ।"

(भविष्य तमालिका- अच्युतानंद)

મહાપુરુષ અચ્યુતાનંદજી પોતાના ગ્રંથ **ભવિષ્યત માલિકા**માં કહે છે કે, કળિયુગના ૫૦૦૦ વર્ષોનો ભોગ થાય બાદ ભગવાન કલ્કિ અવતાર લેશે અને લીલા કરશે.

-"कलियुग पांच सहस्र गले,

बिष्णु जे जनम होइबे भले ।

पांच सहस्र रे नर शरीरे,

बिष्णु जे राजुति करिबे भले" –

(पट्टा मडाण- शिशु अनंत)

મહાપુરુષ શિશુ અનંતજી મહારાજ પોતાના માલિકા ગ્રંથ **પટ્ટા મડાણ**મા પણ સમાન પ્રમાણ આપે છે કે, ૫૦૦૦ વર્ષ પછી કળિયુગ સમાપ્ત થવા પર ભગવાન વિષ્ણુ ચોસઠ કળામાં ધરતી પર માનવરૂપ ધારણ કરી, કલ્કિ અવતાર લેશે અને વિશ્વમાં રાજ કરશે.

"ए जे सुबाहु जुग कलि,

क्षिण आयुष महाबली ।

पापे सकल क्षय जिब,

पांच सहस्र भोग हेब।"

(आदि संहिता- अच्युतानंद)

મહાપુરુષ અચ્યુતાનંદજીએ પોતાના અન્ય એક ગ્રંથ **આદિ સંહિતા**માં લખ્યુ છે કે, કળિયુગની આયુ ૪૩૨૦૦૦ વર્ષની છે પરંતુ મનુષ્ય કૃત પાપ કર્મોને કારણે સંપૂર્ણ યુગ આયુ ક્ષય થઈ ક્ષીણ થઈ જશે અને માત્ર ૫૦૦૦ વર્ષની થઈ જશે.

મહાપુરુષ અચ્યુતાનંદજી અને અન્ય બધા મહાપુરુષોના માલિકા ગ્રંથોથી એ જ પ્રમાણિત થાય છે કે, કળિયુગની કુળ પરમાયુ ૪૩૨૦૦૦ વર્ષ છે. પરંતુ મનુષ્યકૃત ઘોર પાપ કર્મોના કારણે યુગ ક્ષય થઈ જશે અને માત્ર ૫૦૦૦ વર્ષોનો ભોગ થશે તે સમયે સંગમ યુગમાં ભગવાન કલ્કિ અવતાર ધારણ કરી ધર્મ સંસ્થાપના કાર્ય કરશે.

અધ્યાય ૪

<u>ક્યાં ક્યાં પાપ કર્મોથી કળિયુગનું પતન થશે.</u>

કળિયુગને ચતુર્યુગ ગણનાના અનુસાર ૪૩૨૦૦૦ વર્ષ ભોગ થવો જોઈએ. પરંતુ મનુષ્યકૃત પાપ કર્મોના કારણે, યુગની આયુ ક્ષય થઈ જાય છે અને આ કળિયુગની આયુ ભવિષ્ય માલિકા ગ્રંથના અનુસાર જે ૩૫ પ્રકારના પાપોને કારણ ક્ષય થઈ છે તેનુ વર્ણન છે.

૧.પિતૃ હત્યા,

૨. માતૃ હત્યા,

૩.સ્ત્રી હત્યા,

૪.શિશુ હત્યા,

૫.ગૌ હત્યા,

૬.બ્રહ્મ હત્યા,

૭.ભ્રુણ હત્યા,

૮.માતૃહરણ,

૯.ભગીનીહરણ,

૧૦.કન્યાહરણ,

૧૧.ભ્રાતૃવધુહરણ,

૧૨.સ્ત્રીહરણ,

૧૩.વિધવા સ્ત્રી હરણ,

૧૪.પારકી સ્ત્રી હરણ,

૧૫.ગર્ભવતીસ્ત્રીહરણ,

૧૬.કુમારી હરણ,

૧૭.પશુ હરણ,

૧૮.ભૂમિ હરણ,

૧૯.પારકુધન હરણ,

૨૦.મલેચ્છ વેશ ધારણ,

૨૧.અભક્ષ્યલક્ષણ

૨૨.આગમ્યમાં ગમન,
૨૩.અતિ નિરાશ,
૨૪.કુટુંબ વૈરાગ્ય,
૨૫.મિત્ર સાથે કપટ,
૨૬.વિશ્વાસઘાત,
૨૭.નિમ્ન જાતિ સાથે પ્રીત,
૨૮.નગ્ન સ્નાન કરવુ,
૨૯.નગ્ન શયન કરવુ,
૩૦.મિથ્યા ભાષણ,
૩૧.શાસ્ત્રોની નિંદા કરવી,
૩૨.ગૌચારણ અને સ્મશાન ભૂમિ અધિગ્રહણ,
૩૩.માતા તુલસીની પુંજા ન કરવી,
૩૪.વિષ્ણુ પ્રતિમાનુ પૂજન ન કરવુ.
૩૫.માતા પિતાની ભક્તિ ન કરવી.

ઉપર કહેલા ૩૫ પાપ કર્મોને કારણે કળિયુગની આયુ ક્ષય થઈ ૫૦૦૦ વર્ષોની થઈ ગઈ છે. આ બધુ મહાપુરુષ અચ્યુતાનંદજીએ પોતાની **ઉદ્ધવ ભક્તિ પ્રદાયિની** ગ્રંથમાં લખ્યુ છે. આમાં, ઉદ્ધવજી અને મહાપ્રભુ શ્રીકૃષ્ણજીની વચ્ચે વાતચીત થાય છે અને ઉદ્ધવજી કળિયુગના અંતના વિશે પુછેલા પ્રશ્નોના ઉત્તર આપતા શ્રીકૃષ્ણજીએ સ્પષ્ટ કર્યુ છે કે,

"चारि लक्ष अटे बतिस सहस्र आयुष ए कलियुग ।

पाप बढिबारु आयु कटिजिब अलप होइब भोग ।।"

('उद्धव भक्ति प्रदायिनी'- अच्युतानंद)

અર્થાત્ –

૪૩૨૦૦૦ વર્ષની કળિયુગની આયુ ક્ષય થઈ માત્ર ૫૦૦૦ વર્ષની થઈ જશે. દ્વાપરયુગમાં ભગવાન શ્રીકૃષ્ણજીને સાથે તેમના પરમ સખા અર્જુનના કથોપકથન થાય છે, અને ત્યારે અર્જુન મહાપ્રભુજી શ્રીકૃષ્ણજીને કળિયુગના અંત, ધર્મ સંસ્થાપના અને ભગવાન કલ્કિના અવતારના સંબંધમાં પ્રશ્ન કરે છે, ત્યારે ભગવાન શ્રીકૃષ્ણ અર્જુનને ઘણી

બધી લીલાઓનું વર્ણન કરે છે. અને મહાપુરુષ અચ્યુતાનંદજી મહારેજે તે જ બધી વાતોને **ચઉષ્ટિ પટલ** અને **નીલ સુંદર ગીતા** આદિ પોતાના અનેક ગ્રંથોમાં વર્ણિત કરી છે.

અર્જુને ભગવાન શ્રીકૃષ્ણને પ્રશ્ન કર્યો કે કળિયુગ ૪૩૨૦૦૦ વર્ષનો છે. પરંતુ પાપોને કારણ તેને આયુ માત્ર ૫૦૦૦ વર્ષની થઈ જશે, તો પછી હે ભગવાન, દયા કરી અમને કહો કે ક્યા કયા પાપ કર્મોથી કળિયુગની આયુ કેટલી ક્ષય થશે ?

ત્યારે પ્રભુ શ્રી કૃષ્ણ એનો જવાબ આપતા કહે છે કે,

- **અસત્ય ભાષણથી - ૫૦૦૦ વર્ષ કળિયુગની આયુ ઓછી થશે.**
- **ગંગામાં નગ્ન સ્નાન કરવાથી - ૧૨૦૦૦ વર્ષ**
- **દ્વિજનુ અન્યત્ર પ્રીતિ કરવાથી - ૩૦૦૦૦ વર્ષ**
- **મિત્ર દ્રોહના પાપથી - ૬૦૦૦ વર્ષ**
- **મહા વિષ્ણુજીની પ્રતિમાની પુજા ન કરવાથી - ૧૭૦૦૦ વર્ષ**
- **માતા તુલસી દેવીની પુજા ન કરવાથી - ૫૦૦૦ વર્ષ**
- **અતિથિ સેવા ન કરવાથી - ૬૦૦૦ વર્ષ**
- **ભાતૃ દ્રોહના પાપથી - ૪૦૦૦ વર્ષ**
- **અભક્ષ્ય ખાદ્ય ભક્ષણથી - ૮૦૦૦ વર્ષ**
- **પારકુ દાન હરી લેવાથી - ૧૦૦૦૦ વર્ષ**
- **ગૌ હત્યા કરવાથી - ૧૦૦૦૦૦ વર્ષ**
- **દાનનો ખોટો ઉપયોગ કરવાથી - ૧૪૦૦૦ વર્ષ**
- **વિધવા માતાઓ સાથે સમાગમ કરવાથી - ૨૪૦૦૦ વર્ષ**
- **જીવ હત્યાના પાપથી - ૧૧૦૦૦ વર્ષ**
- **જાતિ, ધર્મ, વર્ણના નિયમને ન માની, પ્રિતિ કરવાથી - ૧૨૦૦૦ વર્ષ**
- **ભુણ હત્યાના પાપથી - ૭૦૦૦ વર્ષ**
- **સ્ત્રી હત્યાના પાપથી - ૩૨૦૦૦ વર્ષ**
- **ગૌચારણ અને સ્મશાન ભૂમિના હરણ કરવાથી - ૪૦૦૦૦ વર્ષ**
- **માતૃ હરણના પાપથી - ૫૦૦૦ વર્ષ**
- **વિશ્વાસઘાતના પાપથી - ૪૦૦૦૦ વર્ષ**
- **પિતૃ માતૃ હત્યા અને અન્યાય પાપોથી - ૩૦૦૦ વર્ષ**

આ રીતે કળિયુગના ૪૩૨૦૦૦ વર્ષની આયુમાંથી ૪૨૭૦૦૦ વર્ષ ઘટીને માત્ર ૫૦૦૦ વર્ષ શેષ રહેશે.

ઉપર કહેલ પ્રમાણે, વિભિન્ન શાસ્ત્ર પુરાણ અને માલિકા ગ્રંથથી એ પ્રમાણ મળે છે અનેક પાપોથી યુગની આયુ ક્ષય થાય છે અને આ કળિયુગની આયુ ક્ષય થઈ માત્ર ૫૦૦૦ વર્ષ ની છે. સાથે સાથે શાસ્ત્ર પુરાણમાં વર્ણિત ગણના અનુસાર વર્તમાન કળિયુગનું ૫૧૨૫ મું વર્ષ ચાલી રહ્યુ છે. અર્થાત્ કળિયુગ સમાપ્ત થઈ ગયો છે.

અધ્યાય ૫

ધર્મ સંસ્થાપના માટે ભગવાન વિષ્ણુજીના દસ અવતાર

શ્રીમદ્ ગીતામાં ભગવાન શ્રીકૃષ્ણે અર્જુનને કહ્યુ છે કે,

"यदा यदाहि धर्मस्य ग्लानिर्भवति भारत ।

अभ्युत्थानमधर्मस्य तदात्मानं सृजाम्यहम् ॥४-७॥

परित्राणाय साधूनां विनाशाय च दुष्कृताम् ।
धर्मसंस्थापनार्थाय सम्भवामि युगे युगे ॥४-८॥"

અર્થાત્

હું પ્રકટ થઉ છુ, હું (આવું છુ) અવતાર ધારણ કરુ છું, જયારે જયારે ધર્મની હાનિ થાય છે, ત્યારે ત્યારે હું આવું છુ. જયારે જયારે અધર્મ વધે છે, ત્યારે ત્યારે હું સજજન લોકોની રક્ષા માટે અને દુષ્ટોના વિનાશ કરવા હું આવું છુ. ધર્મની સંસ્થાપના કરવા માટે હું યુગ યુગમાં માનવરૂપમાં જન્મ લઉ છું.

ગોસ્વામી તુલસીદાસજીએ પોતાના ગ્રંથ રામચરિત માનસમાં પણ કહ્યુ છે કે,

"जब-जब होई धरम की हानी,

बाढ़हि असुर अधम अभिमानी,

तब-तब धरि प्रभु विविध शरीरा,

हरहि दयानिधि सज्जन पीरा"

અર્થાત્

જયારે જયારે ધર્મની હાનિ થાય છે, અસુર દુરાચારી લોગોનો અધર્મ, અત્યાચાર, દુરાચાર વધી જાય છે. ત્યારે ત્યારે કૃપા નિધાન ભગવાન, વિષ્ણુ વિભિન્ન શરીર એટલે અવતાર ધારણ કરે છે, અસુરોનો સંહાર કરી, સાધુ, સંત, મનુષ્ય, દેવતાઓનો ઉદ્ધાર કરે છે.

આ જ રીતે ભગવાન વિષ્ણુએ વિભિન્ન યુગમાં વિભિન્ન અવતાર લીધા છે. તેમાંથી સત્યયુગમાં ભગવાન નારાયણે ૫ અવતાર લીધા હતા. મત્સ્ય, કૂર્મ, વરાહ, નરસિંહ અને વામન.

ત્રેતા યુગમાં ભગવાન નારાયણે બે અવતાર લીધા હતા - રામ અને પરશુરામ. દ્વાપરમાં પણ ભગવાન નારાયણે બે અવતાર લીધા હતા - શ્રીકૃષ્ણ અને શ્રી બળરામ (ભગવાન શ્રીકૃષ્ણ કોઈ અવતાર નથી તે તો સ્વયં પરમ પુરુષ પુર્ણ પરસોત્તમ છે.) આ કળિયુગમાં ભગવાન નારાયણ કુળ ૩ (ત્રણ) અવતાર લેશે. એવુ શાસ્ત્રોમાં કહ્યુ છે. આમાંથી બે અવતારોનુ વર્ણન તો આ દસ અવતારોમાં કરેલુ છે. કવિ જયદેવજી મહારાજના **ગીત ગોવિંદ** તથા **ભાગવત શાસ્ત્ર** આદિ અનેક ગ્રંથોમાં દશાવતારના વિષયમાં વર્ણન મળે છે. આ દશાવતારોનુ સંક્ષિપ્ત વર્ણન નીચે મુજબ છે.

મત્સ્ય અવતાર :

શ્રીમદ્ ભાગવત મહાપુરાણમાં ભગવાનના મત્સ્ય અવતારના વિશે વેદવ્યાસજી મહારાજ લખે છે.

"आसीदतीतकल्पान्ते ब्राह्मो नैमित्तिको लयः।
समुद्रो पप्लुतास्तत्र लोका भुरादयो नृप।।
काले नागतनिद्रस्य धातुः शिशयिषोर्बली।
सुखतो निःशृतान वेदात्हयग्री वोन्धन्तिकेन्धहरत्।।
ज्ञात्वा तद्दानबेन्द्रस्यह यग्रीवस्य चेष्टितम्।
दधार शफरीरूपं भगवान हरिरीश्वर।।
अतीत प्रलयापाय उत्थिताय स बेधसे।
हत्वासुरं हयग्रीवं वेदान्प्रत्याहरंधरिः।।"

-(श्रीमद्भागवत महापुराण-मत्स्यावतार कथा-अष्टमःस्कन्ध- चतुर्विंशोऽध्यायः)

શ્રી જયદેવજી મહારાજ પણ મતસ્ય અવતારના વિષયમાં ગીત ગોવિંદ લખે છે કે

"प्रलय पयोधि जले धृतवानसि वेदम् ।
विहित वहित्र चरित्रमखेदम् ।।
केशव धृत मीन शरीर
जय जगदीश हरे ।।"

Matsya Avatar of Vishnu

અર્થાત્

મત્સ્ય અવતારમાં પ્રકટ થઈ ભગવાન વિષ્ણુએ મનુની નૌકા દ્વારા માનવ જાતિને વિનાશકારી પ્રલયથી બચાવી તેની રક્ષા કરી. તેમના જ માધ્મયથી ભગવાન વિષ્ણુએ ધર્મ સંસ્થાપનાનુ કાર્ય કર્યુ હતુ.

એક દાનવ હયગ્રીવે વેદોને ચોરી લીધા હતા. અને સ્વયંને સમુદ્રના જળમાં સંતાડી દીધો હતો. ભગવાન વિષ્ણુએ મત્સ્ય અવતાર લઈ હયગ્રીવને મારવા માટે તેની સાથે ભયંકર યુદ્ધ કર્યુ અને અસુરને મારી વેદોનો ઉધ્ધાર કરી. તેમને ભગવાન બ્રહ્માજીને પાછા આપ્યા. મત્સય અવતારમાં ભગવાન શ્રી હરિએ સપ્ત ઋષિયોનો પણ ઉદ્ધાર કર્યો.

<u>કૂર્મ અવતાર :</u>

શ્રીમદ્ ભાગવત મહાપુરાણમાં મહર્ષિ વેદ વ્યાસજી મહારાજે કચ્છપ અવતારના વિષયમાં લખ્યુ છે કે

"पृष्ठे भ्राम्यदमन्दमन्दरगिरि- ग्रावाग्रकण्ड्वयनानिद्रालो

कमठाकृतेर्भगवतः श्वासानिलाः पान्तु वः।

यतसंस्कार कलानुवर्त्तन बशाद्वे लानिभेनायसां

जतायातमतंद्रितं जलनिधेर्नाद्यापि विश्राम्यति ।।" –

-(श्रीमद्भागवतपुराणम्/स्कंध: १२/अध्यायः१३)

અર્થાત્

કૂર્મ (કાચબા) અવતારમાં ભગવાન વિષ્ણુ સ્વયંને ક્ષીર સમુદ્રના તળમાં જઈ સમુદ્ર મંથન સંભવ બનાવા પોતાની પીઠ ઉપર મંદરાચળ પર્વતને ટેકો આપ્યો જેથી મંદરાચળને ધુરી બનાવી સમુદ્ર મંથન થઈ શકે.

સમુદ્ર મંથનથી અમૃત પ્રાપ્ત કરાવી ભગવાન શ્રી હરિએ દેવતાઓને અમૃતપાન કરાવ્યુ અને તેમને અજર અમર બનાવી દીધા.

જયદેવજી મહારાજ ગીત ગોવિંદમાં લખે છે કે

"क्षितिरति विपुल तरे तव तिष्ठति पृष्ठे।

धरणिधरणकिण चक्र गरिष्ठे ।।

केशव धृत,कच्छप रूप,

जय जगदीश हरे ।।"

પૃથ્વી ઉપર અંધકાર છવાઈ ગયો હતો. ત્યારે શ્રી હરિએ કૂર્મ અવતાર લઈ પૃથ્વીને પોતાની પીઠ ઉપર ઉપાડી તેને સૂર્યની કક્ષ પથ પર સ્થાપિત કરી જેથી પૃથ્વી પર પ્રકાશ છવાઈ ગયો અને અંધકારનો નાશ થયો.

વરાહ અવતાર :

શ્રીમદ્ ભાગવત મહાપુરાણમાં શ્રી વેદ વ્યાસજી મહારાજ વરાહ અવતારના વિષયમાં લખે છે કે,

"तमालनील॰ सितदंतकोट्या
क्ष्मामुक्षिपंत॰ गजलीलयांग ।
प्रज्ञाय बंध्धाजलयोंधनुवाकै-
बिंरंचि मुख्या उपतस्थुरीशम् ।।"

શ્રી જયદેવજી મહારાજ પણ ગીત ગોવિંદમાં ભગવાના વરાહ અવતારના વિષયમાં કહે છે કે,

"वसति दशन शिखरे धरणी तव लग्ना ।
शशिनि कलंक कलेव निमग्ना ।।
केशव धृत सूकर रूप
जय जगदीश हरे ।।"

Varaha Avatar

અર્થાત્

હિરણ્યાક્ષ નામના એક રાક્ષસે પૃથ્વીને સમુદ્રની અંદર રસાતળમાં સંતાડી દીધી હતી. ત્યારે પૃથ્વીની રક્ષા હેતુ ભગવાન વિષ્ણુ સૂકર(વરાહ) રૂપ ધારણ કરી હજારો વર્ષોના યુદ્ધ પછી હિરણ્યાક્ષનો વધ કરી પૃથ્વીનો ઉદ્ધાર કર્યો.

નરસિંહ અવતાર :

શ્રીમદ્ ભાગવત મહાપુરાણમાં મહર્ષિ વેદવ્યાસજી મહારાજ નરસિંહ અવતારના વિષયમાં લખે છે કે,

**"दिबिस्पृशत्काय मदिर्घपी बरग्रीबोरुबक्षःस्थलमलुमध्यमम् ।
चन्द्राशुगौरैश्चुरितं तद्वरुहैर्विष्वराभुजादिकशतं नखायुद्धम् ।।
विष्वक्स्पुरन्तं ग्रहणातुरं हरिर्ब्यालो यथान्धन्धखुंकुलिशाक्षतत्वचम् ।
द्वार्य्वर आपात्य ददार लीलया नखैर्यथाहिं गरुड़ों महाविषम् ।।"**

-(भागवत पुराण -स्कंध 7-अध्याय 8: श्लोक 29)

શ્રી જયદેવજી મહારાજ પણ ગીત ગોવિંદમાં ભગવાના નરસિંહ અવતારના વિષયમાં કહે છે કે,

**"तव कर कमलवरे नखमद्भुतशृंगम् ।
दलित हिरण्यकशिपु तनु भृंगम् ।
केशव धृत नरहरि रूप,
जय जगदीश हरे ।।"**

Vishnu in Narasimha Avatara

અર્થાત્

નરસિંહ અવતારમાં ભગવાન શ્રી વિષ્ણુએ અડધા નર અને અડધા સિંહના રૂપમાં પ્રકટ થઈ ભક્ત પ્રહલાદને તેમના પિતા દાનવરાજ હિરણ્યકશિપુના અત્યાચારોમાંથી બચાવ્યા હતા. હિરણ્યકશ્યપુને વરદાન હતો કે તેને ના કોઈ મનુષ્ય, ના પશુ, ના વાયુ, ના

જળ, ના ઘરની અંદર, ના ઘરની બહાર, ના દિવસે, ના રાત્રે, ના અસ્ત્ર, ના શસ્ત્રથી મારી શકે. એથી એ પોતાને અમર સમજી બેઠો. ભગવાન નરસિંહ એક સ્તંભ થી પ્રગટ થઈ એને પોતાના ખોળામાં લઈ પ્રવેશદ્વાર પર લઈને પોતાના નખોથી પેટ ફાડીને એનુ વધ કર્યુ અને ધર્મને રક્ષણ આપ્યુ.

<u>વામન અવતારઃ</u>

શ્રીમદ્ ભાગવત મહાપુરાણોમાં વેદ વ્યાસજી મહારાજ વામન અવતારના વિષયમાં લખે છે કે,

"यत्तद्व पुर्भात बिभुषणायुधैरब्यक्तचिद्ब्यक्तमधारयन्धरिः।

बभुव तेनैब स वामनो बटुः संपश्यतेर्दिव्यगतिर्यथा नटः"

-(श्रीमद्भागवतपुराण-अष्टमःस्कंधःअष्टादशोऽध्यायःश्लोक 12)

"धातु कमंडलुजलं तदरुक्रमत्स्य,

पादाबनेजन पवित्रतया नरेन्द्र ।

स्वर्धुन्यभून्वभसि पतती निमार्ष्टि,

लोकत्रयं भगवतो बिशदेव कीर्ति ।।"

-(श्रीमद्भागवतमहापुराण/स्कंध०८/अध्यायः२१)

શ્રી જયદેવજી મહારાજ પણ ગીત ગોવિંદમાં ભગવાના વામન અવતારના વિષયમાં કહે છે કે,

"छलयसि विक्रमणे बलिमद्भुतवामन ।

पदनखनीरजनित जन पावन ।।

केशव धृत वामन रूप,

जय जगदीश हरे।।"

Vamana Avatar

અર્થાત્

આ અવતાર (એક હાથમાં કમણ્ડળ અને બીજા હાથમાં છત્રધારણ) માં ભગવાન શ્રી વિષ્ણુએ વામન (બટુક) બ્રાહ્મણનુ સ્વરૂપ લીધુ હતુ. ઈન્દ્રના સામ્રાજયને અસુર રાજ બલિ પાસેથી પુનઃ પ્રાપ્ત કવા ભગવાને આ લીલા કરી હતી.

વામન સ્વરૂપ લઈ ભગવાન શ્રી હરિ મહારાજ બલિ પાસે યાચક બ્રાહ્મણ બનીને ગયા અને ત્રણ પગ પૃથ્વી માંગી તેમણે બલિનુ સ્વરૂપ લઈ ઈન્દ્રને આપી દીધુ તથા બલિની ઉદારતા અને ભક્તિથી પ્રસન્ન થઈ શ્રી હરિએ બલિને પાતાલ લોકનુ સામ્રાજય આપી દીધુ.

પરશુરામ અવતાર :

શ્રીમદ્ ભાગવત મહાપુરાણમાં શ્રીદેવ વ્યાસજીએ લખ્યુ છે કે,

"अवतारे षोड़शमे पश्यन ब्रह्मद्रुहनृपान ।

त्रिसप्तकृत्वः कृपितोनिः क्षत्रा मकरोन महीम् ।।"

"आस्तेन्धद्यापि महेंद्रादै न्यस्तदण्डः प्रशान्तधीः ।

उपगियमानचरितः सिन्दगन्धर्वचारणैः ।।

एवं भृगुषु बिश्वात्मा भगवान हरिरीश्वरः ।

अबतीर्य परं भारं भुबोन्धहन बहुशोनृपान् ।।"

અને ગીત ગોવિંદમાં શ્રી જયદેવજી મહારાજે ભગવાન વિષ્ણુના પરશુરામ અવતારના વિષયમાં લખ્યુ છે કે,

"क्षत्रियरुधिरमये जगदपगतपापम् ।

स्नपयसि पयसि शमित भवतापम् ।।

केशव धृत भृगुपति रूप,

जय जगदीश हरे ।।"

Parashurama

અર્થાત્

ભગવાન વિષ્ણુએ ત્રેતાયુગમાં પરશુરામ અવતાર લીધો હતો અને આ ભગવાન વિષ્ણુનુ છઠ્ઠો અવતાર હતો. આ અવતારમાં પ્રભુએ ક્ષત્રિયોના રક્તથી જગતના પાપ અને તાપ શાંત કર્યા હતા. પોતાના પિતાના આદેશથી પ્રભુએ ૨૧ વાર પૃથ્વીથી ક્ષત્રિયોનો નાશ કરી ક્ષત્રિયોથી મુકત કરી હતી.

રામ અવતાર :

મહર્ષિ વેદવ્યાસજીએ ભાગવત મહાપુરાણમાં લખ્યુ છે કે,

"ततः प्रजग्मुः प्रशमं मरुद्गणा,

दिशःप्रसेहुर्विमल नभोन्ध्धभवत् ।

मही चकंम्पे न च मारुतो बबै,

स्थिर प्रभश्चाप्यभवत्दिवाकरः ।।"

-(रामायणम् / युद्धकाण्डम् / सर्गः१११)

એવી રીતે અધ્યાત્મ રામાયણમાં પણ નીમન લેખિત વાક્યમાં લખાયુ છે કે,

"एवं स्तुत स्तु देवेशो विष्णुस्तिदशपुंगवः।

पितामह पुरोगांस्तान्सरवलोकनमस्कृतः।।"

"अब्रबीत त्रीदशान सर्वान समेतान्धर्मसंहितान् ।

सपुत्रपौत्रं सामात्यं समन्तिज्ञातिबांधवम् ।।

हत्वा कुरंदूराधर्षं देवर्षीणां भया बहम् ।

दशवर्षश हस्राणि दशवर्ष शतानि च ।

वत्स्यामि मानुषे लोके पालयन्पृथिवीमिमाम् ।।

रावणेन हृतं स्थानमस्काकं तेजसा सह,

त्वयाद्य निहतो दुष्टः पुनः प्रासं पदं स्वकम् ।।"

અને શ્રી જયદેવજી મહારાજે ગીત ગોવિંદમાં રામ અવતારના વિષયમાં લખ્યુ છે કે,

"वितरसि दिक्षु रणे दिक्पतिकमनीयम् ।

दशमुख मौलिबलिं रमणीयम् ।।

केशव धृत रघुपति वेश,

जय जगदीश हरे ।।"

Lord Rama

અર્થાત્

આ ભગવાનનો સાતમો અવતાર ગણાય છે. આ અવતારમાં ભગવાન શ્રી રામનો ઉલ્લેખ ધનુષ અને બાણ સાથે છે. પભુ શ્રી રામે દશાનન રાવણને મૃત્યુના ઘાટ ઉતારી સીતા માતાને બંધનથી મુક્ત કર્યા. આ ઘટના ત્રેતાયુગની પ્રમુખ ઘટના હતી. આ કાર્યમાં પ્રભુની સાથે લક્ષ્મણ અને હનુમાનજી રહ્યા હતા. જેનો ઉલ્લેખ રામાયણમાં પણ છે. પ્રભુ શ્રી રામનુ જીવન નૈતિક ઉત્કૃષ્ટતા, વિવાહની સ્થિરતા, પ્રજા પાલન શ્રેષ્ઠ ગણાય છે. તેઓ વીર અને પ્રતાપી યોદ્ધા હતા. જેના કારણે તેના રાજ્યને આદર્શ રાજ્ય આજે પણ રામ રાજ્યથી બોલાવે છે.

<u>બળરામઅવતારઃ</u>

શ્રીમદ્ ભાગવત મહાપુરાણમાં શ્રી વ્યાસદેવજી લખ્યુ છે કે,

"स आजुहाब यमुनां जलक्रीड़ार्थमीश्वरः।
निजं बाक्यमनादृत्य मभ रत्यापगां बलं ।
अनागतां हलाग्रेण कुपितो बिचकर्ष ह ।।
पापे त्वं मामवज्ञांय यन्नायासि मयान्ध्धहुता ।
नेष्ये त्वां लंगलाग्रेण शतधा काम चारिणीम् ।।
एवं निर्भत्सिता भीता यमुना यदुनंदनम्
उवाच चकिता वाचं पतिता पादयोर्नृप ।।"

-(श्रीमद्भागवतपुराणम्/स्कन्धः१०/उत्तरार्धः/अध्यायः६५)

અને ગીત ગોવિંદમાં શ્રીજયદેવજી મહારાજે ભગવાન વિષ્ણુના આ હળધર અવતારના વિષયમાં લખ્યુ છે કે,

"वहसि वपुषि विशदे वसनं जलदाभम् ।
हलहतिभीति मिलित यमुनाभम् ।
केशव धृत हलधर रूप,
जय जगदीश हरे ।।"

અર્થાત્

દ્વાપર યુગમાં ભગવાન બળરામજીએ ગોપી ગોપાલની સાથે યમુના કિનારે લીલા કરી. તેમણે અસંખ્ય માયાવી અસુરોનો પણ વધ કર્યો અને પૃથ્વીનો ભાર ઉતારવા પૂર્ણ પુરુષોત્તમ ભગવાન શ્રીકૃષ્ણની સહાયતા કરી.

<u>બુદ્ધ અવતાર</u>

શ્રીમદ્ ભાગવત મહાપુરાણમાં શ્રી વેદ વ્યાસજી લખ્યુ છે કે,

"ततः कलै संप्रबृत्ते सम्मोहाय सुरदिक्षाम् ।

बुद्धो नाम्नाजनसुतः कींकटेषु भविष्यति ।।"

-(भागवतस्कंध१अध्याय 6 क्षोक१९-२९)

અને કવિ રાજ જયદેવજીએ ગીત ગોવિંદમાં લખ્યુ છે કે,

"निंदसि यज्ञविधेरहह श्रुतिजातम् ।

सदयहृदय दर्शित पशुघातम् ।।

केशव धृत बुद्ध शरीर,

जय जगदीश हरे ।।"

અર્થાત્

આ અવતાર પ્રભુનુ નવમો અવતાર ગણાય છે. કળિયુગમાં દેવના વિરોધીઓને મોહિત કરવા ઓડીસામાં કીકટનગરમાં અજનના પુત્ર તરીકે જન્મ લીધો હતો (જ્યારે કોઈ પ્રમાણ વગર તેમનો જન્મ નેપાળમાં બતાવવામા આવે છે.) આધુનિક માન્યતા પ્રમાણે ગૌતમ બુદ્ધ જ બુદ્ધ અવતાર છે. કળિયુગમાં અંત પહેલા પ્રભુએ બુદ્ધ અતવાર લઈ પશુ બલીની પ્રથા ને સમાપ્ત કરી ધર્મ સ્થાપનાનુ કાર્ય પૂર્ણ કર્યુ હતુ.

કલ્કિ અવતાર :

શ્રીમદ્ ભાગવત મહાપુરાણમાં શ્રી વેદ વ્યાસજી લખે છે કે,

"अथसै युगसंध्यायां दस्युप्रायेषु राजसु,

जनिता विष्णुयशसा नाम्रा कल्किर्जगत्पतिः ।।"

बादैर्वि मोहयति यज्ञकृतोर्न्धदर्हान,

शूद्रान्कलौ क्षितिभुजो न्यहनिश्यदन्ते ।।"

-(श्रीमद्द्भागवत-प्रथमःस्कन्धःतृतीयअध्यायश्लोक-25)

અને ગીત ગોવિંદમાં શ્રી જયદેવજી મહારાજ લખે છે કે,

"म्लेच्छ निवह निधने कलयसि करवालम् ।

धुमकेतु मिव किमपि करालम् ।।

केशव धृत कल्कि शरीर,

जय जगदीश हरे ।।"

અર્થાત્

ભગવાન વિષ્ણુના ૧૦ અવતારોમાં કેવળ આ કલ્કિ અવતાર જ બાકી છે. આ કળિયુગમાં ભગવાન કલ્કિ ધૂમકેતુ સમાન ભયંકરરૂપ ધારણ કરશે. હાથમાં એક મોટી ખડગ (તલવાર) ધારણ કરી, ઘોડા પર સવાર થઈ દુષ્ટો, પાપીઓ, અત્યાચારીઓ, દુરાચારીઓ, મ્લેચ્છોનો વિનાશ કરશે અને પૃથ્વી પર સત્યયુગ માટે ધર્મ સંસ્થાપના કરશે.

ભગવાન શ્રી હરિના આ ૧૦ અવતારોનું વર્ણન છે. આના વાચંનથી શું ફળ મળે છે તેના વિશે શ્રીમદ્ ભાગવત મહાપુરાણમાં લખ્યુ છે –

"शृण्वतां स्वकथां कृष्ण पूर्णश्रवणकीर्त्तनः ।

हृद्यन्तस्थो ह्यभप्राणी सुदुतसताम् ।।

जन्म गुह्य भगवतो य एतत्प्रयतोनरः ।

सायं प्रातः र्गुणन भक्त्या दुःख ग्रामाद्विमुखते ।।"

-(श्रीमद्भागवतम्प्रथमस्कन्धःद्वितीयोऽध्यायःश्लोक-17)

શ્રી જયદેવજી મહારાજે ગીત ગોવિંદ ગ્રંથમાં ૧૦ અવતાર સ્તોત્રના અંતમા લખ્યુ છે કે,

"श्री जयदेव कवेरिदमुदित मुदारम्

श्रृणु सुखदं शुभदं भवसारम् ।।

केशव धृत दशविध रूप,

जय जगदीश हरे ।।"

અર્થાત્

૧૦ અવતારોના વાંચન અને શ્રવણ અત્યંત સુખદાયક અને શુભ હોય છે. આના વાંચનથી પ્રભુની કૃપા પ્રાપ્ત થાય છે અને ભવસાગરથી મુક્તિ મળે છે. શ્રી જયદેવ ગોસ્વામી ગીત ગોવિંદમાં અંતમાં લખે છે કે,

"वेदानुद्धरते जगन्ति वह भूगोलते मुद्बिभ्रते,
दैत्यं दारयते बलिं छालयते क्षत्रक्षयं कुर्वते ।
पौलस्त्यं जयते हलं कल्यते कारुण्यमातन्वते,
म्लेच्छान्मूर्च्छयते दशाकृतकृते कृष्णाय तुभ्यं नमः ।।"

અર્થાત્,

હે શ્રી કૃષ્ણ, આપે મતસ્યરૂપ લઈ વેદોનો ઉદ્ધાર કર્યો, મહાકૂર્મ બની સમુદ્ર મંથન કરાવ્યુ અને પૃથ્વીને પીઠ પર ધારણ કરી, મહાવરાહ રૂપ લઈ પૃથ્વીને જળમાંથી ઉદ્ધાર કર્યો, નૃસિંહ રૂપ લઈ હિરણ્યકશિપુ આદિ અસુરોનો વિનાશ કર્યો, વામન રૂપ લઈ રાજા બલિ સાથે છળ કર્યુ. પરશુરામ બની ક્ષત્રિય સંહાર ક્ર્યો. રામ અવતારમાં રાવણને માર્યો, શ્રી બળરામ બની હળને શસ્ત્ર બનાવ્યુ. બુદ્ધ રૂપે કરુણાનો વિસ્તાર કર્યો તથા કલ્કિ રૂપમાં મ્લેચ્છોને મૂર્છિત કરશો. આ રીતે દશાવતારના રૂપમાં પ્રકટિત મહાપ્રભુ શ્રીકૃષ્ણજી, આપના ચરણોમાં હું વંદના કરુ છુ.

ભવિષ્ય માલિકા ગ્રંથના રચયિતા મહાપુરુષ અચ્યુતાનંદજી પોતાના ગ્રંથ અષ્ટ ગુજ્જરીમાં લખે છે કે,

"भाव विनोदिया ठाकुर भक्तवत्सलहरि,
भक्तन्क पाईं कलेवर दश मुरती धरि ।"

અર્થાત્

ભગવાન વિષ્ણુ ભક્ત વત્સલ છે, ભાવના ભગવાન છે. ભક્તોના ભાવને જ સમજે છે. યુગ યુગમાં ભક્તોના કલ્યાણ હેતુ ૧૦ અવતાર ધારણ કરે છે.

અધ્યાય ૬

કળિયુગના અંતના લક્ષણ

કળિયુગનો અંત થઈ ચુક્યો છે અને આ તથ્યને પ્રમાણ કરવા માટે મહાપુરુષ પંચસખાઓએ ભવિષ્ય માલિકા ગ્રંથોમાં સ્પષ્ટરૂપે ઘણા બધા લક્ષણો વર્ણિત કર્યા છે.

(ક) માનવ સમાજમાં આવનાર પરિવર્તન

૧. માનવ સમાજમાં ઘણા બધા નારી અને પુરુષમાં વંધ્યા દોષ દેખાશે જેના કારણે સંતાન ઉત્પન્ન નહી થાય.

૨. (આજ કાલ ફેશન બની ગઈ છે કે લગ્ન કરી બન્ને પતિ - પત્નિ નોકરી કરી પૈસા કમાય અને સંતાન પૈદા ન કરે. કોણ જવાબદારી ઉપાડે) કમાઓ અને વાપરો.
Dink Family - Double Income - No Kid)

૩. નારી અને પુરુષના લિંગ પરિવર્તન સંભવ બનશે અને ઘણા બધા લોકો લિંગ પરિવર્તન કરાવશે.

૪. કામના, વાસના, સ્વાર્થ અને ધનની લાલચના લીધે, પુત્ર પોતાના માતા-પિતાની હત્યા કરશે.

૫. સમાજમા સંયુક્ત પરિવાર (Joint family) ની પરંપરા લુપ્ત થઈ જશે અને ન કેવળ ભાઈ-ભાઈ અલગ અલગ ઘરમાં રહેશે પરંતુ પતિ – પત્નિ પણ અલગ અલગ રહેશે.

૬. વૃદ્ધ માતા પિતાને પુત્ર ઘરમાંથી કાઢી મુકશે અને આવા વૃદ્ધ માતા પિતા વૃદ્ધાશ્રમમાં રહેશે.

૭. મનુષ્ય હર સમય, માત્ર મામુલી વ્યાધિથી પીડીત થઈ કેવળ દવાને સહારે જીવન કાઢશે.

૮. સમાજમાં માંસાહાર, દારૂડીયા, તંબાકુ સેવન કરનારા અને નશો કરનારાઓની સંખ્યા વધી જશે.

૯. સંસારમાં ગર્ભપાત અને ભ્રુણ હત્યા પાપ ખૂબ વધી જશે.

૧૦. સંસારમાં વ્યાભિચાર વધી જશે. સંસારમાં એકથી વધુ પત્નિ રાખવાનુ દેખાશે.

૧૧. પતિ- પત્નિ વચ્ચે પવિત્રતા નહી રહે.

૧૨. માનવ સમાજ દેવતાઓની પૂજા નહી કરે.
૧૩. પુત્ર પોતાના મૃત માતા પિતાને પિંડદાન નહી આપે.
૧૪. માતા-પિતાની અંતિમ ક્રિયાઓ પુત્ર નહી કરે.
૧૫. વિધવા સ્ત્રી પણ અંતિમ સંસ્કાર કરશે અને પિંડદાન આપશે.
૧૬. પુરુષ અને પુરુષની વચ્ચે લગ્ન થશે.
૧૭. સ્ત્રી અને સ્ત્રી પણ લગ્ન કરશે.
૧૮. ભાઈ બહેન વચ્ચે પણ લગ્ન થશે.
૧૯. પિતા- પુત્રી વચ્ચે પણ ખોટા સંબંધ થશે.
૨૦. પુરુષ મલેચ્છ વેશ ધારણ કરશે અને સ્ત્રી અત્યંત કામુક અને મ્લેચ્છીન રૂપ ધારણ કરશે.
૨૧. પુરુષ પણ સંતાન પ્રસવ કરશે (પુરુષમાંથી સ્ત્રી બનીને)
૨૨. પરુષ માથા ઉપરના કેશ રાખશે, પરંતુ કાન ઉપરના કેશ કપાવી નાંખશે.
૨૩. મામી અને ભાણેજના લગ્ન થશે.
૨૪. કાકી અને ભત્રીજાના લગ્ન થશે.
૨૫. મામા અને ભાણીના લગ્ન થશે.
૨૬. બધા પશ્ચિમી સભ્યતા અપનાવશે અને તેના અનુસાર જ વેશભૂષા ધારણ કરશે.
૨૭. જમાઈ અને સાસુના મધ્ય શારીરિક સંબંધો બંધાશે.
૨૮. વિવાહીત સ્ત્રીઓ માથામા સિંદુર અને હાથમાં બંગડીઓ નહી પહેરે.
૨૯. કળિયગુમાં કોઈપણ મનુષ્ય શત પ્રતિશત આયુનો ભોગ નહી કરે.
૩૦. ગીતા, ભાગવત, શાસ્ત્ર અને પુરાણોને છોડી, માનવ સમાજ કામ શાસ્ત્રનુ અધ્યયન કરશે.
૩૧. માતા તુલસીની પુજા બંધ થઈ જશે.
૩૨. ગ્રામ દેવી અને કુળદેવીની પુજા બંધ થઈ જશે.
૩૩. સમાજમાં મિથ્યાવાદીઓની સંખ્યા વધી જશે.
૩૪. પાપી, ભ્રષ્યાચારી અને અજ્ઞાની લોકોને સમાજમાં સમ્માન મળશે.
૩૫. વિવાહમાં કોઈ ઉંચ નીચ, જાતિ અજાતિ, ધર્મ અને વર્ણ નહી રહે.
૩૬. ઓછી આયુનો પુરુષ મોટી સ્ત્રી સાથે લગ્ન કરશે.
૩૭. જ્ઞાની સજ્જન ગાયત્રી મંત્ર છોડી છળ કપટ અને કાળી વિદ્યાનું પઠણ કરશે.

૩૮. રક્ષક જ ભક્ષક બનશે (ગરુડ પક્ષી અનાજ ખાશે.)

૩૯. સંસારમાંથી વેદ માર્ગ વિલોપ થઈ જશે.

૪૦. સ્ત્રી માથાના વાળ ખુલ્લા રાખી ફરશે. યુવા નારી નગ્ન થવુ અને અંગ પ્રદર્શન કરવુ પસંદ કરશે.

૪૧. સ્ત્રી પોતાના શરીરનો સોદો કરી પેટ ભરશે.

૪૨. કળિયુગના અંત સમયે રાજા શાસન નહી કરે.

૪૩. મનુષ્ય એકાદશીનુ વ્રત રાખશે પરંતુ માંસાહારી ભોજન કરશે.

૪૪. ઘણા લોકો નિર્માલ્ય (જગન્નાથજીના મહાપ્રસાદ) ની સાથે દારુ અને માંસ ખાશે.

૪૫. અસમયે લોકો આહાર, વિહાર અને નિંદ્રા કરશે.

૪૬. અસમય સંભોગથી સંતાન ગર્ભમાં જ મૃત્યુ પામશે.

૪૭. કિશોર અવસ્થામાં બાળકીઓ ગર્ભપાત કરાવશે.

૪૮. પારકી સ્ત્રીનુ હરણ થશે અને તેની સાથે રમણ કરશે.

૪૯. સંસારમાં બધા પરિવારોમાં અશાંતિનું વાતાવરણ રહેશે.

<u>(ખ)પ્રકૃતિ અને પંચભૂતોમાં આવનાર પરિવર્તન:</u>

૧. મધ્ય રાત્રિમાં કોયલ ગીત ગાશે.

૨. અસમય આંબાના ઝાડ પર ફૂલ આવશે.

૩. અસમય લીમડાના ઝાડ પર ફૂલ અને ફળ લાગશે.

૪. અલગ અલગ વૃક્ષમાં વ્યતિક્રમથી (Cross breed) ફળ અને ફુલનું પરિપ્રકાશ થશે.

૫. વાંસના વૃક્ષમાં ધાન ઉગશે.

૬. ખેતરમાં અનાજને કીડા ખાઈ જશે.

૭. ખેતરોમાં અનાજ ઓછુ ઉગશે.

૮. અનેક સ્થાનો પર અકાળ પડશે.

૯. વજ્રપાતથી અસંખ્ય મનુષ્ય અને જીવજંતુ મરશે. .

૧૦. ગૌ માતાની અકાલ મૃત્ય થશે.

૧૧. મનુષ્યો અને જીવ જંતુઓમાં અજાણી બીમારીઓ ફેલાશે.

૧૨. પૃથ્વી પર ૬૪ પ્રકારની મહામારી આવશે.

૧૩. ઋતુઓમાં અસમય પરિવર્તન થશે, કેવળ ૧૩ દિવસોમાં ૬ ઋતુઓનો ભોગ થશે.

૧૪. નદીઓમાં અસમય પુર આવશે.
૧૫. સૂર્યનો તાપ ૧૦ ગણો વધી જશે.
૧૬. દિવસના સમયે ધુમ્મસ છવાઈ જશે.
૧૭. વારંવાર તોફાનો આવશે અને તોફાનોને કારણે વારંવાર સમુદ્ર કિનારાની સીમાનુ ઉલ્લઘંન કરશે.
૧૮. મરૂભૂમિમાં પૂર આવશે.
૧૯. ભારે વરસાદથી પર્વતો ઉપર પૂર આવશે જેના કારણે જીવ હાની થશે.
૨૦. જળચર અને સમુદ્રના પ્રાણી ખૂબ મરશે.
૨૧. અસંખ્ય વન્ય પ્રાણી શહેરોમાં આવીને મનુષ્યોને નુકશાન પહોંચાડશે.
૨૨. સૂર્યની ગરમીથી ઉત્તર અને દક્ષિણ મેરુની બરફ ઓગળવા લાગશે.
૨૩. વનમાં આગથી અસંખ્ય પ્રાણીઓ મરશે.
૨૪. પૃથ્વીના દરેક ખુણામાં દરરોજ ભૂકંપો આવશે.
૨૫. દિવસે શિયાળ અવાજ કરશે.
૨૬. કુકડાના મુકુટનો રંગ લાલથી સફેદ થઈ જશે.
૨૭. વૈશાખ માસમાં કમળ ખીલશે.
૨૮. ચારે દિશાઓમાં ધુમ્મસ છવાયેલો રહેશે.
૨૯. પૃથ્વીના સમતળ અને પહાડ ક્ષેત્રોમાં વાદળ ફાટીને વરસાદ થશે.
૩૦. દર મહીને પૃથ્વીના કોઈના કોઈ ખુણામાં તોફાન, ચક્રવાતી તોફાન આદિ આવશે.
૩૧. પૃથ્વી પર ઘણા બધા નવા અને સુપ્ત આગ્નેય ગિરી (જ્વાલામુખી) પણ જાગૃત થવા લાગશે.

(ગ) ગ્રહ નક્ષત્રોમાં આવનાર પરિવર્તન

૧. ચંદ્રમાની કિરણો ઝાંખી દેખાવા લાગશે.
૨. સૂરજની કિરણો તેજ થઈ જશે.
૩. વારંવાર પક્ષમાં પરિવર્તન થઈ ૧૩ દિવસવાળા પક્ષ પ્રકાશ થશે.
૪. વારંવાર આકાશમાંથી ઉલ્કા પિંડ પૃથ્વી પર પડશે.
૫. એકથી વધારે વાર એક જ દિવસે અમાસ અને સંક્રાંતિ આવશે.
૬. એકથી વધારે વાર એક જ દિવસે પૂર્ણિમા અને સંક્રાંતિ આવશે.

૭. એક પક્ષના અંતરમાં જ અમાસ પર સૂર્ય ગ્રહણ અને પૂર્ણિમા પર ચંદ્ર ગ્રહણ દેખાશે.
૮. અસમયે સૂર્યની ચારે તરફ વલય(Rings) અને ચંદ્રની ચારે તરફ વલય પરિલક્ષિત થશે.
૯. વારંવાર ગ્રહ નક્ષત્રોમાં અસ્વાભાવિક ચલન દેખાશે.
૧૦. સૂર્યનો તાપ ૧૦ ગણો વધી જશે.
૧૧. ગ્રહોની ચલણની ગતિમાં વારંવાર પરિવર્તન દેખાશે.
૧૨. ગ્રહ અને નક્ષત્ર સ્થિતિ અનુસાર નહી રહે.
૧૩. સાત દિવસ અને સાત રાત્રિ સુધી સૂર્ય અને ચંદ્રમાં દેખાશે નહી, સર્વત્ર અંધકાર રહેશે.
૧૪. પરવર્તી સમયમાં ભગવાન કલ્કિ દ્વારા નવો સૂર્ય, નવો ચંદ્ર અને નવા નક્ષત્રોની સ્થાપના થશે.

(ઘ) આધ્યાત્મિક પરિવર્તન:

૧. ઘણા બધા મંદિરો ઉપર વ્રજપાત થશે. (વીજળી પડશે)
૨. ઘણા મંદિરોની ધ્વજા વ્રજપાતથી બળી જશે.
૩. વિભિન્ન મંદિરોમાં ચોરી અને લુંટ થશે તથા મૂર્તિઓ પણ ચોરાશે.
૪. મંદિરની અંદર પણ લોગ દુષ્કર્મ કરશે.
૫. માંસાહાર અને સૂરાપાન કરી પુજારી મંદિરોમાં પૂજા કરશે.
૬. વિભિન્ન મંદિરો અને આધ્યાત્મિક સ્થાનો પર આધ્યાત્મિક વાતાવરણ નહીં રહે.
૭. લોગો પણ માંસાહાર અને સુરાપાન કરી મંદિરોમાં પ્રવેશ કરશે.
૮. દેવી દેવતાઓના રહેતા પણ મંદિરોની સુરક્ષા અને દેખરેખ નહીં થાય.
૯. સ્થાન સ્થાન પર દેવી દેવતાઓની પુજા નહી થાય.
૧૦. આ બધા પાપ કર્મોના કારણે દેવ દેવતા ગામ છોડી ચાલ્યા થશે.

(ડ) ગુરુ શિષ્ય અને સાધુ સંતોની રૂપરેખા:

૧. પોતાનુ પેટ પાળવા અસંખ્ય લોકો ગુરુ પરંપરાની શરૂઆત કરશે.
૨. ગુરુને શાસ્ત્ર પુરાણનું જ્ઞાન નહી હોય.
૩. તંત્ર સાધના કરી અમુક લોકો ગુરુ બની જશે.
૪. ભૂત, પ્રેત, પિશાચનું નિવારણ કરનારા સમાજમાં મોટા ગુરુ બનશે.

૫. ગુરુ પરંપરામાં માંસાહાર અને શુરાપાનને માન્ય ગણાશે.
૬. મોટી જાતિના લોકો હાથમાં લાકડી લઈ માછલી પકડશે અને કસાઈનું કામ કરશે.
૭. બ્રહ્મચારી બ્રહ્મચર્યનુ પાલન નહી કરે.
૮. પિતા માતા દ્વારા આપેલા નામને બદલી તેની આગળ સંત, સ્વામીજી દાસ, મહારાજ આદિ ઉપાધિ જોડી પોતાને ઠાકુર / મહાપુરુષ કહેડાવશે.
૯. ભગવા રંગના વસ્ત્ર પહેરી પોતાને ગુરુ કહેશે.
૧૦. પોતાની અસત્ય મહિમાનો પ્રચાર કરશે.
૧૧. પોતાની શિષ્યા સાથે કામભોગ કરશે.
૧૨. ગુરુ બની પોતાને ભગવાનનો અવતાર કહી આત્મ ઘોષણા કરશે.
૧૩. નકલી શંખ - ચક્ર બતાવી પોતાને કલ્કિ ભગવાન બતાવી લોકોને લુંટશે.
૧૪. ગુરુ પોતાના શિષ્યની પત્નિનો પણ ભોગ કરશે.
૧૫. પોતાને ગોપાલ અને પોતાની શિષ્યાને ગોપી કહી ગુરુ બનેલા લોકો પોતાની કામ વાસનાને ચરિતાર્થ કરશે.
૧૬. ગુરુ પોતાને ભગવાન નારાયણ બતાવી શિષ્ય, શિષ્યાને મુક્તિ પ્રદાન કરવાની લાલચ આપી પોતાની ચરણ સેવા કરાવશે.
૧૭. પોતાના માથે જટા બાંધી પોતાની જાતને સંત બતાવશે અને લોકોને લુંટશે.
૧૮. અજ્ઞાની, અનપઢ, ગવાર અને આળસી લોકો પોતાને ભગવાનના દાસ કહેશે અને ખભા ઉપર જનેઉ (જનોઈ) ધારણ કરી લોકોને લુંટશે.
૧૯. ગુરુઓ ધની લોકોને પોતાના શિષ્ય બનાવશે.
૨૦. શિષ્ય શિષ્યાની સંપત્તિથી ગુરુ બનેલા ઠગ જલસા કરશે.
૨૧. શિષ્ય શિષ્યાનુ ધન લઈ દક્ષિણામાં આવા જુઠા ગુરુ તેમને વૈકુંઠમાં સ્થાન આપવાનો ઢોંગ કરશે.
૨૨. સુંદર નારિયોને વિભિન્ન પ્રલોભન આપી પોતાની શિષ્યા બનાવી તેમની સાથે પોતાની કામવાસના પૂર્ણ કરશે.
૨૩. આવા ઢોંગી ગુરુઓ માત્રને માત્ર ધન, સંપત્તિ અને સ્ત્રીસંગના જ શોખીન હશે.

આ રીતે યુગના અંતમાં સંસારમાં ઘણા બધા પરિવર્તન થશે અને વ્યતિક્રમ (ઉલ્લંઘન) જોવા મળશે. ભવિષ્ય માલિકામાં મહાપુરુષ પંચસખાઓએ કહ્યું છે કે કળિયુગ સંપૂર્ણ ખતમ થવા પર આ બધા લક્ષણ દેખાશે. અત્યારે આ બધા લક્ષણ

આપણને જોવા મળે છે. આમાંથી માત્ર અમૂક જ લક્ષણના પ્રમાણ મળવાના બાકી છે. અત: આપણે એમ કહી શકીએ કે કળિકાળ સંપૂર્ણરૂપે સમાપ્ત થઈ ચુક્યો છે. અને આ સંગમયુગ કે યુગ સંધ્યાનો સમય ચાલી રહ્યો છે.

અધ્યાય ૭

મ્લેચ્છ કોને કહેવાય છે.

સત્ય યુગમાં ભગવાન વિષ્ણુએ અવતાર લઈને સંસારમાં, સત્ય, શાંતિ,દયા, ક્ષમા અને મૈત્રીની સંસ્થાપના કરી. તે સમય બધા મનુષ્ય શાસ્ત્રોના જ્ઞાતા હતા. અને બધી વૈદિક પરંપરાના અનુસાર જીવન વ્યતિત કરતા હતા. તે સમયે જ્ઞાનની દ્રષ્ટિથી ઋષિ - મુનિ અહંકાર અને અભિમાની થઈ ગયા હતા અને આ પાપને કારણ સત્યયુગનો અંત થયો. ત્રેતા યુગમા ભગવાન શ્રીરામે અવતાર લીધો અને ત્રેતા યુગમાં લોકોએ યજ્ઞ આદિ પુણ્ય કર્મના માધ્યમથી ભગવાન શ્રીરામના અંગ સંગનો લાભ મળ્યો અને ત્રેતા યુગના અંતમાં,તેમણે રાવણ જેવામહાપાપીઓનો વિનાશ કર્યો અને અંતમાં ખંડ પ્રલય થયો.

પુનઃ મનુષ્ય ત્રેતાથી દ્વાપર યુગમાં આવ્યા અને ગૌલોક ધામના ભકતોએ દ્વાપર યુગમાં જન્મ લીધો. તે ભગવાન શ્રીકૃષ્ણના અંગ સંગ પ્રાપ્ત કરતા પ્રભુની સાથે જ ગૌલોક ધામ પાછા ફર્યા. જયારે ભગવાન શ્રીકૃષ્ણે સ્વધામ ગમન કર્યુ. (પોતાનો શ્રીઅંગનો ત્યાગ કર્યો) ત્યારે કળિયગુના ૧૨૦૦ વર્ષનો ભોગ થઈ ચુક્યો હતો. અને કળિ પોતાની કાયાના પ્રભાવમા ફેલાયે હતો. આના સંબંધિત શ્રીમદ્ ભાગવતમાં એક શ્લોક છે.

"यदा देवर्षयः सप्त मघाषु बिचरन्तिहिं ,

तदा प्रबृत्तस्तु कलि द्वादशार्द्द - शतात्मकः।"

અર્થાત્

જયારે માઘ નક્ષત્રમાં સપ્ત ઋષિ વિચરણ કરી રહ્યા હતા ત્યારે **(શ્રીકૃષ્ણજીના દેહાંતના સમય સુધી)**કળિયુગના ૧૨૦૦ વર્ષનો ભોગ થઈ ચુક્યો હતો. આના પછી, મહારાજ પરિક્ષિતના મૃત્યુ થઈ અને ત્યારથી સંપૂર્ણ કળિયુગ શરૂ થયો અને કળિએ સમગ્ર બ્રહ્માંડમાં પોતાનો પ્રભાવ ફેલાયો. આ યુગમાં લોકો લોભ, લાલચ, મોહ, કામ, ક્રોધ, અહંકાર વેશ્યાસક્ત અને આળસ જેવા કુગુણોના આધીન થઈ જશે. ભલે લોકોને શાસ્ત્ર, વેદ, પુરાણોનું જ્ઞાન હોય પણ લોકો શાસ્ત્ર અને વેદ વિરોધી કાર્યો કરશે.જે ધર્મને ખોટો માને છે, જે વેદોનો વિરોધ કરે છે, પશુ હત્યા કરે છે, ખોટા ધનનું સેવન કરે છે,

દેવતાઓનો વિરોધ કરે છે, આ બધા કળિયુગમાં મ્લેચ્છ કહેવાય છે. શ્રી જયદેવજીએ ગીત ગોવિંદમાં લખ્યુ છે કે,

"म्लेच्छ निवह निधने कलयसि करवालम् ।

धुमकेतु मिव किमपि करालम् ।।

केशव धृत कल्कि शरीर,

जय जगदीश हरे ।।"

આ દુષ્ટ પાપીઓ અને મ્લેચ્છોનો નાશ કરવા માટે ભગવાન કલ્કિ અવતરીત થશે અને ધુમકેતુની જેમ ભયંકરરૂપ ધારણ કરશે.

અધ્યાય – ૦૮

ચાર યુગોની અને કળિયુગની ધર્મ સંસ્થાપનાનું વર્ણન

શાસ્ત્રોમાં ચાર યુગોનું વર્ણન છે અને ભગવાન મહાવિષ્ણુએ આ ચાર યુગો (સત્ય, ત્રેતા, દ્વાપર અને કળિ) માં ૨૪ અવતાર લીધા છે. અને આ ૨૪ અવતારોના નામ છે.

(૧) ચાર સન્કાદિકુમાર (સનક, સનંદન, સનાતન અને સનતકુમાર)

(૨) હયગ્રીવ અવતાર / યંગેશ્વર

(૩) વરાહ અવતાર

(૪) નારદ મુનિનો અવતાર

(૫) નર નારાયણ અવતાર

(૬) કપિલ મુનિનો અવતાર

(૭) દત્તાત્રેય અવતાર

(૮) યજ્ઞ અવતાર

(૯) ઋષભદેવ અવતાર

(૧૦) પૃથુ અવતાર

(૧૧) હંસ અવતાર

(૧૨) મત્સ્ય અવતાર

(૧૩) ચક્રધર અવતાર

(૧૪) કૂર્મ અવતાર

(૧૫) ધન્વંતરી અવતાર

(૧૬) મોહિની અવતાર

(૧૭) નરસિંહ અવતાર

(૧૮) વામન અવતાર

(૧૯) પરશુરામ અવતાર

(૨૦) વેદવ્યાસ અવતાર

(૨૧) શ્રીરામ અવતાર

(૨૨) બળરામ અવતાર

(૨૩) બુદ્ધ અવતાર

(૨૪) કલ્કિ અવતાર

આ ૨૪ અવતારોમાંથી ભગવાન શ્રી મહાવિષ્ણુએ ધર્મની સ્થાપના માટે મુખ્ય ૧૦ અવતાર લીધેલ છે. જે છે મત્સ્ય અવતાર, કૂર્મ અવતાર, વરાહ અવતાર, નરસિંહ અવતાર, વામન અવતાર, પરશુરામઅવતાર, શ્રીરામ અવતાર, બળરામ અવતાર, બુદ્ધ અવતાર અને કલ્કિઅવતાર.

કલ્કિ અવતારમાં શ્રી હરિ કલ્કિ રૂપ ધારણ કરી મલેચ્છોનો વિનાશ કરતા ધૂમકેતુના સમાન ભયંકરરૂપને ધારણ કરશે અને આ કળિયુગમાં અંત સમયના સાક્ષ્ય બનશે.

ચારે યુગોના અંતમાં ભવિષ્ય માલિકાના અનુસાર, પૃથ્વી પર ભગવાનના ભક્તોનો એક યુગ માનવામાં આવશે. આ યુગને આદ્ય સત્યયુગ, સંગમ યુગ અથવા અનન્ત યુગ કહેવાય છે. ભવિષ્ય માલિકાના અનુસાર ૪ યુગોમાં ભક્તોની મનોકામના પુરી કરવા ભગવાન વિષ્ણુ સ્વયં કલ્કિ અવતાર લઈ ભક્તોના ૧૦૦૯ વર્ષો સુધી સુખ સમૃદ્ધિ પ્રદાન કરશે.

અધ્યાય ૯

કળિયુગમાં ભગવાનના ત્રણ અવતાર થશે.

પંચ સખાઓ દ્વારા લિખિત ભવિષ્ય માલિકા ગ્રંથના અનુસાર કળિયુગમાં ભગવાનના ત્રણ અવતાર આ ધરા ધામ પર અવતીર્ણ થશે. મહાપુરુષ અચ્યુતાનંદજીએ **જાઈ ફુલ માલિકા** પુસ્તકમાં લખ્યુ છે.

"कलि रे तीनि जन्म, हेबे परा प्रभु श्री नारायण, जाई फूल लो, जाई फूल लो, से तो भक्त जिब जीबन जाई फूल लो"

અર્થાત્

કળિયગુમાં ભક્તના પ્રાણનાથ, પ્રભુ શ્રી નારાયણ ત્રણ વાર ધરા ધામ પર અવતીર્ણ થશે. ભવિષ્ય માલિકાના અનુસાર કળિયુગના મધ્ય ભાગમાં ભગવાન બુદ્ધ પ્રથમ અવતાર લેશે. ભક્ત કવિ જયદેવજીએ પણ આ સંબંધમાં પોતાના દશાવતાર સ્તુતિમાં બુદ્ધ અવતારનુ વર્ણન કર્યુ છે.

"निंदसि यज्ञविधेरहह श्रुतिजातम् ।
सदयहृदय दर्शित पशुघातम् ।।
केशव धृत बुद्ध शरीर,
जय जगदीश हरे ।।"

ઉપરના શ્લોકથી પ્રમાણ મળે છે કે કળિયુગના મધ્યમાં, યજ્ઞમાં મોટી સંખ્યામાં જીવિત પશુઓની બલિ અપાતી હતી અને મંત્ર - તંત્ર પદ્ધતિના પ્રભાવથી થતી જીવ હત્યા ચરમ સીમા પર હતી. સનાતન ધર્મના સિદ્ધાંત લગભગ લુપ્ત થઈ ગયા હતા. તે સમયે ભગવાનના અંશે, બુદ્ધ અવતાર લઈ ધરા ધામ પર અવતીર્ણ થયા અને પશુ બલિ તથા પશુ હત્યાનો વિરોધ કરતા સનાતન ધર્મની પુનઃ સ્થાપના કરી.

"ततः कलौ सम्प्रवृत्ते सम्मोहाय सुरद्विषाम् ।
बुद्धो नाम्नाजनसुतः कीकटेषु भविष्यति" ।

અર્થાત્

જ્યારે રાજા,મહારાજા, પ્રજા, અન્યાય અનીતિ અને જીવ હત્યાના પાપોમા પૂરા લીપ્ત હશે, ત્યારે ભગવાને બધાનુ પરિવર્તન કરાવા અને સત્ય સનાતન ધર્મની સંસ્થાપના કરવા કીકટ પ્રદેશમાં બુદ્ધ અવતાર લીધો.

<u>કળિયુગમાં ભગવાનનો બીજો અવતાર - ભગવાન શ્રીચૈતન્ય મહાપ્રભુજી</u>

કળિયુગમાં બીજા અવતારના રૂપમાં ભગવાને શ્રી ચૈતન્યના નામથી, નદીયા નવદીપ ગામમાં જન્મ લીધો અને ભગવાન શ્રીકૃષ્ણના મહામંત્ર (હરે કૃષ્ણ હરે કૃષ્ણ કૃષ્ણ હરે હરે, હરે રામ હરે રામ, રામ રામ હરે હરે) નો સમગ્ર વિશ્વમાં પ્રચાર કર્યો સાથે સાથે જીવ હત્યાનો વિરોધ કરતા વૈષ્ણવ ધર્મને ધરતી પર પુનઃ જીવિત કર્યો.

"कृष्णार प्रघता त्रिगुट प्रकार,

शास्त्रर श्रीमूर्ति आर भक्त कालेबर ।"

ભગવાન ચૈતન્યે નામ સંકીર્તનની મહિમા અને અહિંસા ધર્મનો પ્રચાર કરવાની સાથે સાથે ભક્તિ અને પ્રેમના માધ્યમથી ભગવાન સુધી પહોંચવાનો વિશેષ અને સ્વતંત્ર માર્ગ બતાવ્યો. વાસ્તવમાં, તેમનો આ જ ઉપદેશ પ્રતિમા પુજા, શ્રીમદ્ ભાગવત મહાપુરાણનો પાઠ અને ભક્તિનો સાર છે.

ભગવાન ચૈતન્ય- શ્રીકૃષ્ણ જ છે અને ભગવાન નિત્યાનંદજી ભગવાન બળરામજી છે.

<u>કળિયુગમાં ભગવાનનો ત્રીજો અવતાર -ભગવાન કલ્કિ</u>

ભવિષ્ય માલિકા તથા વિભિન્ન શાસ્ત્રોમાં આ ઉલ્લેખ કરાયો છે કે કળિયુગના ૫૦૦૦ વર્ષ પુરા થયા બાદ ભગવાન કલ્કિ આ ધરાધામ પર અવતરિત થશે. અત્યારે કળિયુગનું ૫૧૨૫ મું વર્ષ ચાલી રહ્યુ છે. આ મહત્તમપૂર્ણ તથ્યના આધારે એમ સમજવુ જોઈએ કે કળિયુગનો અંત થઈ ચુક્યોછે.અત્યારે માનવ સમાજ સંગમ યુગમાં નિવાસ કરી રહ્યો છે. માનવ સમાજ જલ્દી ધર્મની સંસ્થાપના જોશે.

"अथसु जुगसंध्यांसे दस्यु प्रयासेषु राजसु ।

जनिता विष्णु यशो नमना कल्कि जगतपति"।

અર્થાત્ :જ્યારે કળિયુગનો સંધ્યા સમય હશે, ભગવાન વિષ્ણુનુ યશ ગાન કરનારા એક વૈષ્ણવ બ્રાહ્મણના પુત્રના રૂપમાં ભગવાન કલ્કિ જન્મ ગ્રહણ કરશે.

"संबल ग्राम मुख्यस्य ब्राह्मन्यस्य महात्मन ।

भबने विष्णु जशश्य कल्कि प्रादुर्भाविश्यती ।। "

અર્થાત્ :સંબલ ગામ (અત્યારે ઓડિસામાં છે) ના પ્રમુખ બ્રાહ્મણના ઘરમાં, જે ભગવાન વિષ્ણુનુ યશ ગાન કરતા હશે, ભગવાન કલ્કિ જન્મ ગ્રહણ કરશે. પાપીઓ અને મ્લેચ્છોનો વિનાશ કરવા પ્રભુ ધરાધામ પર માનવ શરીર લઈ અવતાર લેશે.

અધ્યાય - ૧૦

કળિયુગના અંતમાં શ્રી જગન્નાથ ક્ષેત્રથી મળેલા સંકેત

મહાત્મા પંચસખાઓએ ભવિષ્ય માલિકાની રચના ભગવાન નિરાકારના નિર્દેશથી કરી હતી. ભવિષ્ય માલિકામાં મુખ્યરૂપે કળિયુગના પતનના વિશે સામાજિક, ભૌતિક અને ભૌગોલિક પરિવર્તનોના લક્ષણોનું વર્ણન કરાયુ છે. શાસ્ત્રોમાં લેખન સિવાય શ્રીજગન્નાથજીના મુખ્ય ક્ષેત્રને આદિ વૈકુંઠ (મર્ત્ય વૈકુંઠ) કહેવાય છે. ૫૦૦૦ વર્ષોના કળિયુગ બાદ પંચ સખાઓએ ભક્તોના મનના સંશયને દૂર કરવા કહ્યુ છે કે, ભગવાનની ઈચ્છા અનુસાર શ્રી જગન્નાથજીના નીલાંચળ ક્ષેત્રથી વિભિન્ન સંકેતો પ્રકટ થશે અને ભક્તો આ સંકેતોનુ અનુકરણ કરી કળિયુગની આયુના અંત અને ભગવાન કલ્કિના અવતરણના વિષયમાં બધુ ખબર પડી જશે. આ બધા તથ્ય નીચે કહેલ ગીતમા આપણે અનુભવ કરી શકીએ છીએ.

" दिव्य सिंह अंके बाबू सरब देखिबु ,

छाड़ि चका गलु बोली निश्चय जाणिबू,

नर बालुत रुपरे आम्भे जनमिबू "

(गुप्तज्ञान- अच्युतानंददास)

મહાત્મા અચ્યુતાનંદદાસજીએ ઉપરના શ્લોકમાં મહાપ્રભુ શ્રી જગન્નાથજીના પ્રથમ સેવક અને સનાતન ધર્મના ઠાકુર રાજા (દિવ્યસિંહ દેવ ચોથા) ના વિષયમાં વર્ણન કર્યુ છે. મહાપુરુષે એનો પણ ઉલ્લેખ કર્યો છે કે શ્રી જગન્નાથજીના ક્ષેત્રમાં રાજા ઈન્દ્રદ્યુમનની પરંપરા અનુસાર અલગ અલગ સમયમાં અલગ અલગ રાજા જગન્નાથના ક્ષેત્રના પ્રભારી હતા. જો દિવ્યસિંહ દેવ ચોથા ઉપર વર્ણિત રાજાઓના રાજના રૂપમાં કાર્યભાર સંભાળશે, ત્યારે કળિયુગને ૫૦૦૦ વર્ષ પુરા થઈ ગયા હશે. આનાથી મહાપુરુષ અચ્યુતાનંદજીએ બે વાતો સિદ્ધ કરી - એક ચોથા દિવ્ય સિંહ દેવ રાજાના રૂપમાં પદભાર સંભાળશે અને બીજુ, ૫૦૦૦ વર્ષનો કળિયુગ સમાપ્ત થઇ ગયો છે.આજે કળિયુગના ૫૧૨૫ મુ વર્ષ ચાલે છે.

મહાત્મા અચ્યુતાનંદજીએ ભવિષ્ય માલિકામાં સત્યતા પ્રકટ કરી અને વર્ણન કર્યુ કે જયારે દિવ્ય સિંહ દેવ ચોથા સત્તામાં હશે (જે આજે છે) તે જ કળિયુગના અંતનો પ્રમાણ છે. તેમણે એમ પણ કહ્યુ છે કે જયારે ચોથા દિવ્ય સિંહ દેબ રાજા શ્રી ક્ષેત્રમાં શાસન કરશે તો ભગવાન જગન્નાથ કલ્કિ અવતાર ગ્રહણ કરશે અને ભગવાન જગન્નાથ માનવ શરીર ધારણ કરી સાકાર રૂપમાં જન્મ લેશે અને ધર્મની સંસ્થાપનાનુ કાર્ય કરશે.

મહાપુરુષ અચ્યુતાનંદજીએ સ્પષ્ટ રૂપમાં કહ્યુ છે કે ચોથા દિવ્ય સિંહ દેબના સમયમાં, કળિયુગ પુરો થશે અને ભગવાન જગન્નાથ એ જ કલ્કિ રૂપમા એક બાળક બની જન્મ લેશે. મહાપુરુષ અચ્યુતાનંદજીએ અષ્ટ ગુજરીમાં સમજાવ્યુ છે કે,

"पूर्व भानु अबा पश्चिमें जिब,

अच्युत बचन आन नोहिब ।

पर्वत शिखरे फुटिब कईं ,

अच्युत बचन मिथ्या नुंहइ ।

ठु ल सुन्यकु मु करिण आस,

ठिके भणिले श्री अच्युत दास "

ભક્તોના મનમાં ભક્તિ અને વિશ્વાસને સજીવ કરતાં કહે છે કે, સૂર્ય પશ્ચિમ દિશામાંથી ઉદય થઈ શકે છે અને પર્વતની ટોચ ઉપર કમળના પુષ્પ ખિલી શકે છે. પણ મહાપુરષના વચન કદી અસત્ય નહી થાય.

"दिव्य केशरी राजा होइब,

तेबे कलियुग सरिब,

चतुर्थ दिब्य सिंह थिब,

से काले कलियुग थिब "

તેમણે આગળ કહ્યુ છે કે જયારે શ્રી ક્ષેત્રમાં ચોથા દિવ્ય સિંહ દેવ રાજા હશે, તો કળિયુગ પછી તરત જ સત્ય યુગનો પ્રારંભ થશે, પરંતુ સત્ય યુગનો પ્રભાવ નહી હોય. મહાન જગન્નાથદાસજી જે માતા રાધારાણીની હંસીથી અવતરીત થયા હતા.તેમણે પણ વ્રજ કંઠમાં ઘોષણા કરી છે કે

"पुरुषोत्तम देबराजान्क ठारु,

उनबीन्स राजा हेबे सेठारु,

उनबीन्स राजा परे राजा नांहि आउ ,

अकुली होइबे कुलकु बोहु।"

જગન્નાથ ક્ષેત્રમાં પહેલા રાજા શ્રી પુરુષોત્તમ દેવ થશે. સૌ પ્રથમ રાજા શ્રી પુરુષોત્તમ દેવ સહિત ૧૯ રાજા મંદિરના શાસન માટે જવાબદાર હશે. માલિકા પ્રમાણે ૧૯ માં રાજાના રૂપમાં શ્રી દિવ્યસિંહ દેવ દાયિત્વ નિર્વાહ કરી રહ્યા છે અને સાથે સાથે મહાપુરુષ શ્રી જગન્નાથદાસજીએ લખ્યુ છે કે ૧૯ માં રાજા દિવ્યસિંહ દેવ થાશે અને તેમને કોઈ પુત્ર નહી થાય (આ વાત સત્ય થઈ છે. દિવ્યસિંહ દેવને પુત્રી છે પુત્ર નથી.)

માલિકાની વાણીને માની આજે પ્રભુના ભક્તોને આ પ્રમાણ મળેલ છે. ૬૦૦ વર્ષ પહેલા મહાપુરુષોએ જે લખ્યુ હતુ તે આજે વાસ્તવિકતા બની ગઈ છે. અતઃ કળિયુગ સમાપ્ત થઈ ગયો છે. અને ધર્મની સંસ્થાપનાનુ કાર્ય ચાલી રહ્યુ છે. મહાન અચ્યુતાનંદજીએ ભવિષ્ય માલિકામાં રચના કરી છે કે,

"चुलरु पथर जेबे खसिब सूत, खसिले अंला बेढ़ा रु हेब ए कलि हत ।"

પુનઃ જગન્નાથના ક્ષેત્ર પર ધ્યાન કેન્દ્રિત કરતા, ભવિષ્ય માલિકા ગ્રંથમાં મહાપુરુષ અચ્યુતાનંદાસજીએ ભક્તોને સૂચિત કરવા માટે રચના કરી છે કે જ્યારે શ્રી જગન્નાથ ધામના મુખ્ય મંદિરથી પત્થર પડે છે તો એ સંકેત છે કે કળિકાળ પુરો થઈ ગયો છે એ મહાપુરુષના વચન પણ સત્ય થઈ ગયા છે. ગત દિવસ ૧૬.૦૬.૧૯૯૦ એ શ્રી જગન્નાથ મંદિરના આમલા બેઢાથી એક પત્થર નીચે પડચો અને તેની તપાસમાં કેન્દ્રીય બજેટ વિભાગ દ્વારા એક સમિતિ બનવામા આવી, પરંતુ અત્યાર સુધી વૈજ્ઞાનિક એ નથી જાણી શક્યા કે આટલો મોટો અને ભારી પત્થર (૧ ટનથી અધિક વજનવાળો પત્થર) ક્યાંથી આવ્યો અને કેવી રીતે નીચે પડચો ? વૈજ્ઞાનિકો માટે આજે પણ આર્શ્ચયજનક ઘટના છે. સમસ્ત મહાત્માઓ અને ઋષિઓના શબ્દ સત્ય સિદ્ધ થયા અને ભક્તોને ચેતવણી આપવા માટે, આમલા બેઢાથી પત્થર પડીને કળિયુગના અંતનો પ્રમાણ મળી ગયો છે.

મહાપુરુષ અચ્યુતાનંદજીએ ભવિષ્ય માલિકા ગ્રંથના **ગરુડ સંવાદ**માં ઉલ્લેખ કર્યો છે કે એક દિવસે ભગવાનના પ્રમુખ ભક્ત વિનિતા નંદન ગરુડજીએ મહાપ્રભુજીને પુછયુ કે, ભગવાન, આપે ચારે યુગોમાં અવતાર લીધો છે અને કળિયુગના અંતમાં આપ કલ્કિ

અવતાર લેશો. જે ચારે યુગોના ભક્તો અને ભગવાનનું મિલન બનશે.જયારે આપ નીલાંચળ છોડશો, દારુ બ્રહ્મથી સાકાર બ્રહ્મ બનશો તો ભક્તોને નશ્વર વૈકુંઠથી ક્યા લક્ષણ દેખાશે, જેનાથી ભક્તોને વિશ્વાસ થઈ જાય કે આપના કલ્કિ અવતારનો સમય આવી ગયો છે. જેમ ભક્તો માલિકાનું અનુસરણ કરી, તમારા આશીર્વાદ પ્રાપ્ત કરશે. મહાપુરુષ અચ્યુતાનંદજીની ભવિષ્ય માલિકામાં લખ્યુ છે કે,

"बड़ देउल कु आपणे जेबे तेज्या करिबे,

कि कि संकेत देखिले मने प्रत्ये होइबे ।"

જયારે ભગવાન નીલાંચળ છોડશે તો ભક્તોને એક સંકેત મળશે. શ્રી ભગવાન શ્રી કૃષ્ણ ગરુડજીને કહે છે કે,

"गरुड़ मुखकु चाँहिण कहुचंति अच्युत,

क्षेत्र रे रहिबे अनंत बिमला लोकनाथ ।"

જયારે હું નીલાંચળ છોડીશ ત્યારે મારા મોટા ભાઈ શ્રી બળરામજી નીલાંચળનુ દાયિત્વ ગ્રહણ કરશે અને નીલાંચળ ક્ષેત્રના ક્ષેત્રાધીશ્વર બનશે. શક્તિ સ્વરૂપિણી માતા વિમલા અને લોકનાથ મહાપ્રભુ ત્યારે તે ક્ષેત્રમાં હશે, પરંતુ હું માનવ રૂપમાં જન્મ લઈશ.

ત્યારે ગરુડજીએ પુછ્યુ, પહેલો સંકેત કયો હશે કે ભક્ત માલિકાનું પઠન કરીને સમજી શકશે કે આપે નીલાંચળ છોડી દીધુ છે. પુનઃ મહાપુરુષ અચ્યુતાનંદજીએ વર્ણન કર્યું.

"देउल रु चुन छाड़िब, चक्र बक्र होइब, माहालिआ होइ भारत अंक कटाउ थिब ।"

જયારે શ્રી જગન્નાથજીના મુખ્ય મંદિરનો ચૂનાનો જે લેપ છે તે ઉખડવા લાગશે, ત્યારે શ્રીજગન્નાથ નીલચક્ર થોડુ વાંકુ થઈ જશે અને ભારતની આર્થિક સ્થિતિ ત્યારે સારી નહી હોય.

ઉપર જણાવ્યા મુજબ જયારે જગન્નાથ મંદિરનો ચૂનો નિકળ્યો હતો તે સમયે પ્રધાન મંત્રી ડૉ. ચંદ્રશેખર હતા અને ત્યારે ૩૦૦૦ ટન સોનુ ગિરવી મુકી ભારતે પૈસાની અછત પુરી કરી હતી અને તે પછી ભારતે પોતાની આર્થિક સ્થિતિ સુધારી, બચાવ અર્થ વ્યવસ્થા લાગુ કરીને. માલિકાની આ વાતથી સિદ્ધ થાયછે કે મહાપુરુષ અચ્યુતાનંદજીએ આજથી ૬૦૦ વર્ષ પુર્વ જે કહ્યુ હતુ કે જયારે જગન્નાથ મંદિરનો ચૂનો નિકળશે ત્યારે ભારતની

આર્થિક સ્થિતિ સારી નહી હોય તે આજે સત્ય થઈ ગઈ છે. ભગવાન શ્રીકૃષ્ણ બીજા સંકેતના વિષયમાં કહે છે કે,

"बड़ देउल रु पथर जेबे खसिब पुण, गृध्र पक्षी जे बसिब अरुण र स्तम्भेण।"

જ્યારે આમલા બેઢાથી પત્થર પડશે ત્યારે સૂર્ય પુત્ર અરુણ (અરુણ સ્તંભ) ની ઉપર બાજ પક્ષી અથવા ગિધ બેસી જશે. આના પરથી આપણે એ અનુમાન લગાવી શકીએ કે જ્યારે આમલા બેઢાથી પત્થર નીચે પડ્યો તે સમયે અરુણ સ્તંભ પર શિકારી ગિદ્ધ પક્ષી બેઠેલુ હતુ.

માલિકાનુ આ લેખન પણ સિદ્ધ થયુ છે કે આપણી શાસ્ત્રીય પરંપરા અનુસાર જો કોઈ ઘર પર ગિધ પક્ષી બેસી જાય તો તે ઘરમા રહેનારા લોકો પર આવનાર આફતની સૂચના છે. તે જ રીતે શ્રી જગન્નાથ મંદિરના અરુણ સ્તંભ પર બેઠેલા ગિધ પક્ષીને જોવુ એ વિશ્વના માનવ સમાજ માટે એક મોટી આફતનુ સંકેત છે. અર્થાત્ આ કળિયુગના અંતની અને ધર્મની સંસ્થાપનાનો પહેલો સંકેત મનાય છે.

"एही संकेत कु जानिथा हेतु मति की नेई, तोर मोर भेट होइब मध्य स्थल रे जाई ।"

પુનઃ શ્રી ગરુડજી શ્રી ભગવાનને પુછે કે, ભગવન, જ્યારે આપ કલ્કિ રૂપ ધારણ કરશો, ત્યારે હું આપને ક્યાં મળી શકુ છુ. અને કેવી રીતે હું આપના દર્શન પ્રાપ્ત કરીશ તથા સ્વયંને આપની સેવામાં કેવી રીતે સમર્પિત કરીશ. ભગવાન શ્રીકૃષ્ણે કહ્યુ, હે ગરુડ ! હું આપને ત્યાં મળીશ જ્યાં બ્રહ્માનો શુભ સ્તંભ છે. જે પૃથ્વીનો સૂર્ય સ્તંભ મનાય છે અને જેને બિરજા ક્ષેત્ર અથવા ગુપ્ત સંબલ (Sambalpur in Orrisa) કહેવાય છે. તેજ કેન્દ્ર કહેવાય છે.

મહાપુરુષ અચ્યુતાનંદજીએ **હરિ અર્જુન ચૌતિસા** નામક ગ્રંથમાં કળિયુગનો અંત થવા અને ભગવાન કલ્કિના જન્મના વિષયમાં શ્રી મંદિરમાં મળેલા અન્ય સંકેતોના વિષયમાં ઉલ્લેખ કર્યો છે.

"नीलाचल छाड़ि आम्भे जिबु जेतेबेले

लागिब रत्न चांदुआ अग्नि सेते बेले

निशा काले मन्दिररु चोरी हेब हेले,

बड़ देऊलुमोहर खसिब पत्थर,

बसिब जे गृध्र पक्षी अरुण स्तम्भर ।

बतास रे बक्र हेब नीलचक्र मोर ।"

શ્રી ભગવાન કહે છે કે જો હું નીલાંચળને છોડી દઉં તો મારા રત્ન જડિત સિંહાસનની ઉપરની રત્નજડિત છત્રમાં પહેલા આગ લાગશે અને મારા શ્રીમંદિરના પરિસરથી અડધી રાત્રે ચોરી થશે. દિગ્ગજોથી પત્થર નીચે પડશે. નીલચક્ર તોફાનને કારણે વાંકુ થઈ જશે. ગિધ પક્ષી મારા અરુણ સ્તંભ પર બેસી જશે. આ બધા બનાવો શ્રી મંદિરના શ્રી જગન્નાથ ક્ષેત્રમાં ઘટી ચુક્યા છે અને ભવિષ્ય માલિકાની વાતો બધી સત્ય સાબિત થઈ છે. (વર્ષ ૨૦૨૧ માં જ જગન્નાથ મંદિરમાં શ્રી જગન્નાથના છત્રની ધ્વજામાં આગ લાગી હતી) આમ કળિયુગના પતનની જાણકારી આપણને સ્પષ્ટ મળે છે. પછી **કળિયુગ ગીતા**ના બીજા અધ્યાયમાં મહાપુરુષ અચ્યુતાનંદજી શ્રી જગન્નાથ ક્ષેત્રથી વિશેષ સંકેતની જાણકારી આપે છે કે,

"मुंहि नीलाचल छाड़ि जिबि हो अर्जुन,

मोहर भंडार घरे थिब जेते धन ।

तांहिरे कलंकी लागि जिब क्षय होइ,

मोहर सेवक माने बाटरे न थाई" ।

અર્જુને ભગવાન શ્રીકૃષ્ણજીને પ્રશ્ન કર્યો- ભગવાન, આપ જો નીલાંચળને છોડી દો, તો શ્રી ક્ષેત્રમાં ક્યા ચિહ્ન દેખાશે ?

શ્રી ભગવાન ઉત્તર આપતા કહે છે. પાર્થ, જયારે હું નિલાંચળ છોડીશ, તો મારા મંદિરના પરિસરમાં સ્થિર ભંડાર ઘરની ખ્યાતિ નહી રહે, જેનો અર્થ એ છે કે ભંડાર ઘરનુ ધન નષ્ટ થઈ જશે અને ભંડાર ઘરના પ્રભારી સેવક ધર્મનું આચરણ નહી કરે. ભંડાર ઘર ફરી ધનથી રિક્ત થઈ જશે.

અચ્યુતાનંદજી કળિયુગ ગીતાના બીજા અધ્યાયમાં આગળ લખે છે.

"बहुत अन्याय करि अरजिबि धन,

तंहिरे ताहांक दुःख नोहिब मोचन ।

खाइबाकु नमिलिब किछि न अन्टिब,

मोहर बड़पण्डान्कु अन्न न मिलिब ।

मोहर बड़ देऊलु खसिब पत्थर,

श्री क्षेत्र राजन मोर नसेबि पयर

राज्य जिब नाना दुःख पाइबा टी सेइ,

तांकू मान्य न करिब अन्य राजा केहि।"

શ્રી ભગવાન આગળ અર્જુનને કહે છે કે, જયારે હું નીલાચળ છોડીશ ત્યારે કળિયુગ સમાપ્ત થઈ જશે. મારા શ્રી ક્ષેત્ર છોડવાથી ત્યાં ખૂબ અન્યાય થશે. મારા અધીન પાર્ષદ જાત જાતના અન્યાય કરી ધન કમાશે અને આવનાર સમયમાં મારા પ્રધાન સેવક તો ઠીક રીતે પોતાનુ ભરણ પોષણ પણ નહી કરી શકે.

આવા અનેક પરિવર્તન શ્રી મંદિરમાં આવશે. મહાપુરુષ અચ્યુતાનંદજીએ માલિકામાં જગન્નાથ ક્ષેત્રથી એક અન્ય સંકેતનો ઉલ્લેખ કર્યો છે.

"पेजनला फुटी तोर पडिब बिजुली,

से जुगे जिब की प्रभु नीलांचल छाड़ि।"

શ્રી જગન્નાથના રસોઈ ઘર ઉપર વીજળી પડશે ત્યારે કળિયુગ સમાપ્ત થઈ જશે અને શ્રી જગન્નાથજી નિલાંચળ છોડી માનવ રૂપ ધારણ કરશે. અગાઉ થોડા દિવસો પહેલા જગન્નાથના રસોઈ ઘર ઉપર વીજળી પડી હતી. જે માલિકામાં કહેલ સંકેતનું પ્રમાણ છે. આનો અર્થ છે કે, કળિયગુ તો સમાપ્ત થઈ ગયો છે. પરંતુ ભગવાન જગન્નાથે પણ નીલાંચળ છોડી માનવ શરીર ધારણ કરેલ છે.

પુનઃ મહાપુરુષ અચ્યુતાનંદજી ગ્રંથ **ચૌષઠી પટલ**માં જગન્નાથ ક્ષેત્રથી એક અન્ય સંકેતનું વર્ણન કરે છે કે શ્રી કલ્પવૃક્ષની મહિમા અને શ્રી કલ્પવૃક્ષનો ક્ષય, કળિયુગના અંત અને ભગવાન શ્રી જગન્નાથ નીલાંચળને છોડી માનવ શરીર ધારણ કરેલ છે તેનુ પ્રમાણ આપે છે.

"से बट मुलरे अर्जुन जेहु बसिब दंडे,

मृत्यु समये न पड़िब यम राजर दंडे ।

से बट मोहर बिग्रह जंहु हेले आघात,

मोते बड़ बाधा लागई सुण मघबासूत ।

से बट रु खंडे बकल जेहु देब छड़ाई,

मोहर चर्म छडाइला परि ज्ञांत हुअइ।"

શ્રી મંદિરની અંદર કલ્પવટ ભગવાનના વિગ્રહ સમાન છે. કલ્પવૃક્ષની તુલના ભગવાનના શરીર સાથે કરાઈ છે. કલ્પવૃક્ષમાંથી જો કોઈ નાનો ટુકડો પણ તોડી લે તો ભગવાનના શરીરને ખૂબ કષ્ટ થાય છે. અતઃ આજે એ વિચારવાનો વિષય છે કે કલ્પવૃક્ષની શાખા વારંવાર તુટી રહી છે. જેનો અર્થ એ છે કે મહાપુરુષની રચનાના અનુસાર જો કલ્પવૃક્ષ (જગન્નાથ મંદિરમાં આ મહાન કલ્પવૃક્ષ આવેલુ છે) ની શાખા તુટી જાય છે. તો ભગવાન નીલાંચળને છોડી મનુષ્ય શરીર ગ્રહણ કરશે અને મહાપુરુષ અચ્યુતાનંદજીએ આ વિષયમાં વર્ણન કર્યુ છે કે, જ્યારે કલ્પવૃક્ષ શાખા તુટશે તો શ્રી ક્ષેત્રમાં ખૂબ અન્યાય, અનીતિ, અનુશાસનહીનતા અને અરાજકતા ફેલાશે. ભગવાન કલ્કિની ઉમ્ર ના ૧૧ થી ૧૯ વર્ષોમાં સરકાર દ્વારા શ્રીમંદિરનું દાયિત્વ સંભાળવા માટે નવા સેવકોની નિયુક્તિ થશે. આમ ભગવાન શ્રી જગન્નાથ મનુષ્યોના અત્યાચારને જોઈ મંદિર ત્યાગી માનવ શરીર ગ્રહણ કરશે. માલિકાની વાતો આજે સત્ય થઈ ગઈ છે.

પુનઃ મહાત્મા અચ્યુતાનંદ દાસજી આ સ્થિતિનું વર્ણન કરતાં કહે છે કે,

"कल्पबट घात हेब जेतेबेले
नीलाचल छाड़ि जिबे मदन गोपाले ।
कल्पबट शाखा छिड़ि पड़िब से काले,
नाना अकर्म मान हेब क्षेत्रबरे ।
रूद्र ठारु उनविंशपर्यन्त सेठारे,
स्थापना होइबे मोर सेवादी भाबरे।
बड़ देउलरे मुंही नरहिबी बीर,
बाहार होइबि देखि नर अत्याचार।"

જ્યારે ગિધ પક્ષી નીલચક્ર પર બેસે છે ત્યારે શ્રી જગન્નાથના શ્રી મંદિરમાંથી વારંવાર પત્થર નીચે પડે છે. તે વખતે મહાપ્રસાદના અર્પણમાં મહાપ્રભુ જગન્નાથ દર્શન નહી આપે. ઘણી વાર મહાપ્રસાદ માટીની નીચે દબાઈ જશે. આનો અંદાજ એ વાત પરથી લગાવી શકાય છે કે શ્રી જગન્નાથજી મંદિરની પરંપરા અનુસાર જ્યારે ભગવાન જગન્નાથજીને મહાપ્રસાદ અર્પણ કરાય છે, તો શ્રી જગન્નાથજી મહાપ્રસાદ અર્પણ કરતા મુખ્ય પુજારીને દર્શન આપે છે. પરંતુ મહાપુરુષ અચ્યુતાનંદજીની ચેતવણી અનુસાર જ્યારે ગીધ પક્ષી કે બાજ પક્ષી

નિલચક્ર પર બેસે છે તે સમયે ભગવાનના શ્રી મંદિરના પત્થર પડશે અને જગન્નાથ મહાપ્રભુના મહાપ્રસાદને માટીમાં દબાવી દેવામાં આવશે. મહાપુરુષ અચ્યુતાનંદજીએ આનો ઉલ્લેખ એક ચેતવણીના રૂપમા કર્યો છે કે

> "बड़ देऊलु मोहर पत्थर खसिब,
> गृध्र पक्षी नील चक्र उपरे बसिब ।
> दिने दिने चलुरे मु न होइबि दृश्य,
> भोग सबु पोता हेब जान पाण्डु शिष्य ।
> समुद्र जुआर माड़ि आसीब निकटे,
> रक्ष्या न करिबे केहि प्राणींकु संकटे ।"

તે સમયે સમુદ્ર પોતાની સીમાનુ ઉલ્લંઘન કરી ભૂમિ ઉપર ઉંચો થઈને આવશે અને પૃથ્વી ઉપર ફરી વળશે. જે આજે ધરતી પર દેખાય છે. આ સંકેત શ્રી જગન્નાથ ક્ષેત્રમાં મળે છે અને આના પછી મોટી આફતો આવશે.

મહાપુરુષે આના સંદર્ભમાં ફરી વર્ણન કરતા લખ્યુ છે કે,

> "श्री धामरु एक बड़ पाषाण खसिब,
> दिबसरे उल्लूक तार उपरे बसिब ।
> मो भुबने उल्कापात हेब घन घन,
> जेउ सबु अटे बाबू अमंगल चिन्ह ।"

શ્રી જગન્નાથજીના મુખ્ય મંદિરથી એક વિશાળ પત્થર પડશે અને દિવસના સમયે પત્થર પર એક ઘુવડ બેસશે અને આ બન્ને ઘટનાઓ મંદિરમાં પહેલા જ બની ચૂકી છે. શ્રી જગન્નાથ ક્ષેત્રમાં વારંવાર ભવિષ્યમાં ઉલ્કાપિંડ પડશે. આ તથ્ય વિશે અનેક ગ્રંથોમાં ઉલ્લેખ છે.

અધ્યાય ૧૧

<u>ભગવાન કલ્કિના અવતારના સંબંધમાં વિભિન્ન શાસ્ત્રો અને ભવિષ્ય માલિકામાં વર્ણન.</u>

ભવિષ્ય માલિકા તથા શાસ્ત્રોના અનુસાર, ભગવાન વિષ્ણુનો દસમો અવતાર, કલ્કિ અવતાર, **સંબલ** ગામમાં થશે. આ તથ્યનો ઉલ્લેખ, શ્રીમદ ભાગવત મહાપુરાણ, શ્રીમદ્ મહાભારત, કલ્કિ પુરાણ અને પંચસખા કૃત ભવિષ્ય માલિકામાં મળે છે. સંબલ ગામ ક્યાં છે ?

શાસ્ત્રના અનુસાર એ સ્પષ્ટ છે કે સંબલ ગામમાં જ પ્રભુ કલ્કિનો અવતાર થશે. આજે ભારતના વિભિન્ન ભાગોમાં અનેક લોકો સ્વંયને કલ્કિ બતાવે છે. અને પોતાની જન્મ ભૂમિને સંબલ ગામ માને છે. પરંતુ વાસ્તવમાં ભારતમાં કેવળ બે સંબલ સ્થાનોના ઉલ્લેખ મળે છે. જે શ્રીમદ્ ભાગવત અને શ્રીમદ મહાભારતના **વનપર્વ** અને પંચસખાકૃત ભવિષ્ય માલિકામાં વર્ણિત છે.

ભગવાન શ્રી વ્યાસદેવે શ્રીમદ ભાગવત મહાપુરાણમાં ઉલ્લેખ કરતા કહ્યુ છે કે, ભગવાન કલ્કિ સંબલ ગામમાં જન્મ લેશે અને મ્લેચ્છોનો નાશ કરશે.

"सम्भल ग्राम, मुख्यस्य ब्राह्मणस्य महात्मनः
भवने विष्णु यशसः कल्कि प्रादुर्भाविष्यति।।

સંબલ ગામના પ્રમુખ બ્રાહ્મણના ઘરમાં, જ્યાં ભગવાન વિષ્ણુનુ નિત્ય યશ ગાન થતુ હશે, ભગવાન કલ્કિનો જન્મ તે ઘરમાં જ થશે.

દ્વાપરયુગમાં અંતમાં ભગવાન વેદ વ્યાસજીએ મહાભારતની રચના કરી અને તેના વનપર્વ માં ભગવાન વેદવ્યાસજી ભગવાન કલ્કિનો જન્મ સંભૂત સંબલ ગામમાં થવાનો ઉલ્લેખ કર્યો છે. આમ સંબલ અને સંભૂત સંબલ નામના બે ગામોનો શાસ્ત્રમાં ઉલ્લેખ મળે છે.

"कल्कि विष्णु जशानाम द्विज काल प्रचोदिता
उत्पसयते महाबिरजेया महाबुद्धि पराक्रम
संभूत संबलग्रामे ब्राह्मण बसति सुभे ।। "

(श्री व्यासदेव रचित संस्कृत महाभारत के "वनपर्व" से लिया गया)

ભગવાન વેદ વ્યાસજીએ ભગવાન કલ્કિના જન્મ સ્થાનને એવુ સ્થાન કહ્યુ છે, જ્યાં બ્રાહ્મણોનો નિવાસ હશે, તથા સંબલ ગામ અને **સંભૂત સંબલ** નામનુ ગામ હશે.

ભારત દેશના ઉત્તર પ્રદેશમાં મુરાદાબાદ જીલ્લામાં સંબલ નામક એક ગામ છે જેને સંબલ કહેવાય છે.

સાથે સાથે, ઉડિસા રાજયના જાજપુર જીલ્લામાં જ્યાં દેવી બિરજા સ્વયં વિરાજમાન છે. અને માતા બિરજા દેવીના પૂર્વી ભાગમાં સ્થિત બ્રાહ્મણોનું એક ગામ છે, જેને પંચસખાઓએ સંબલ ગામના રૂપમાં વર્ણન કર્યુ છે. ભગવાન વેદવ્યાસજીએ મહાભારતના વનપર્વમાં એવુ વર્ણન કર્યુ છે. જ્યાં બ્રાહ્મણોનું ગામ યજ્ઞ કરવાના ઉદ્દેશથી સ્થાપિત કરાયુ હતુ તે ગામના જ પ્રમુખ બ્રાહ્મણના ઘરમાં ભગવાન કલ્કિ જન્મ લેશે. ઉડિસાના ઈતિહાસના અનુસાર, સોમવંશી પરિવારના રાજાના **જજાતી કેશરી** એ ઉત્તર પ્રદેશના કન્નૌજથી ૧૦૦૦૦ બ્રાહ્મણોને લાવી માં બિરજા ક્ષેત્રના પૂર્વી ભાગમાં સ્થાપિત કર્યા અને દશાસ્વમેઘ યજ્ઞ કરાવ્યો. આનાથી સ્પષ્ટ પ્રમાણ મળે છે. ભગવાન કલ્કિનો જન્મ નવુ સંબલ અથવા સંભૂત સંબલમાં થશે નાકે જૂના સંબલ ગામમાં.

આનુ સ્પષ્ટ પ્રમાણ પંચસખાઓએ ભવિષ્ય માલિકા ગ્રંથમાં કર્યુ છે. જેનુ વર્ણન મહાપુરુષ અચ્યુતાનંદજીની રચિત બિરજા મહાત્મ્ય ગ્રંથના દ્વિતીય સ્કંધમાં મળે છે. શ્રી વ્યાસદેવની વાણીના સમર્થનમાં ઓડિસાના જાજપુર ગામમાં બિરજા દેવીના મંદિરના પૂર્વી ભાગમાં સ્થાપિત બ્રાહ્મણોની વસ્તીનુ સ્થાન જ સંબલ ગામ છે, જે સિદ્ધ થાય છે.

"सुन बार सुत, निहार बचना ए, अटे अच्युत ठार,

नाभि गया तीर्थ, हरिहर क्षेत्र, ग्राम टी संबल पुर "।

ભગવાન શ્રી જગન્નાથજીની કૃપાથી ભકતોના અવગત માટે આ ગ્રંથનો જ પ્રચાર કરાઈ રહ્યો છે. આવનાર સમયમાં યથા શીઘ્ર ભવિષ્ય માલિકા નુ દ્વિતીય સંસ્કરણ પ્રકાશિત કરવા માટે અમે પ્રયત્નશીલ છીએ. પુષ્તકના દ્વિતીય ભાગમાં નીચે લીખીત વિષયોનું વર્ણન હશે.

૧) સંભલ ગામના સંબંધમાં વિસ્તૃત વર્ણન.

૨) ભગવાન કલ્કિજીના જન્મ સ્થાન નિરુપણ

૩) ભવિષ્ય વિશ્વ યુદ્ધ (World War) ના વિષયમાં વર્ણન.

૪) ભક્તોના સોળ મંડળ ગઠનનુ વર્ણન

૫) પૃથ્વી પર ક્યાં ક્યાં સોળ મંડળનુ ગઠન થશે ? તેનુ વર્ણન

૬) ભક્ત અને ભગવાનનુ મિલન ક્યાં અને ક્યારે થશે, તેનુ વર્ણન

૭) ધર્મ સંસ્થાપનાના સંબંધમાં વર્ણન

૮) શ્રી જગન્નાથજીના છતિયા ક્ષેત્ર (ઉડિસા) ના ગમનના વિષયમાં વર્ણન ક્રમશ..

હરિ બોલ.

ૐ શ્રી લક્ષ્મી માધવાય નમઃ

આજથી ૬૦૦ વર્ષ પુર્વે ભગવાન શ્રીનાથજીની પાવન ભૂમિ ઉત્કલ પ્રાંતમાં દ્વાપર યુગના ભગવાનના નિત્ય પંચ સખા મહાપુરુષ શ્રી અચ્યુતાનંદ દાસ, મહાપુરુષ શ્રી જગન્નાથ દાસ, મહાપુરુષ શ્રી યશોવંત દાસ, મહાપુરુષ શ્રીબલરામદાસ અને મહાપુરુષ શ્રી શિશુ અનંતદાસજીએ ધરા અવતરણ કરી ભગવાન શ્રી જગન્નાથજીના નિર્દેશ અનુસાર અતિ પવિત્ર ગુપ્ત ગ્રંથ ભવિષ્ય માલિકા પુરાણની રચના ભક્તોના ઉદ્ધાર માટે કરી હતી.

આ ગ્રંથમાં તેમણે સંપૂર્ણરૂપે ભગવાન શ્રી કલ્કિ દેવના ધરા અવતરણ, જન્મ સ્થાન, સમય નિરુપણ, ભક્ત અને ભગવાનના મિલન, શ્રી કલ્કિ દેવની લીલા, રોગ મહામારી, તૃતિય વિશ્વ યુદ્ધ, ધરતી કંપ, જળ પ્રલય, અગ્નિ પ્રલય, પવન (વાયુ) પ્રલય, અંતરિક્ષ પ્રલય, ગ્લોબલ વોર્મિંગ, ધર્મ સંસ્થાપના અને ભક્તોના ઉદ્ધારના વિષયમાં અક્ષય ગ્રંથ ભવિષ્ય માલિકા પુરાણમાં સંપૂર્ણ વર્ણન કર્યુ છે.

સંપૂર્ણ વિશ્વના ગુરુ મહાવિષ્ણુ છે. આદ્ય સત્યયુગથી સપ્ત દ્વીર મહી વિશ્વમાં સનાતન ધર્મ પ્રતિષ્ઠિત હતો.

સમયની સાથે સાથે ત્રેતા, દ્વાપર અને કળિયુગમાં ધર્મનું વિઘટન થયું અને વિધર્મિયોએ અનેક નિજ ધર્મ નિજ પંથનો પ્રચાર પ્રસાર કર્યો જેનાથી ધર્મનો પ્રભાવ અત્યંત ક્ષીણ થઈ ગયો.

જયારે સંપૂર્ણ વિશ્વમાં કેવળ સનાતન ધર્મ હોય છે તો વિશ્વમાં ચારે તરફ ખુશહાળી હોય છે અને પ્રકૃતિ પંચભૂત પણ મનુષ્ય તથા જીવ જગતના અનૂકુળ હોય છે. આ સમયે સંસારમાં રોગ,ભય, વ્યાધિ, દુઃખ, નિર્ધનતા આદિ હોતા નથી.

આજે પુનઃ આપણે સૌ આવા જ સમયમાં આવી ગયા છીએ. આવનાર સમયમાં સમસ્ત ધર્મોનું એકત્રિકરણ થશે અને બધા ધર્મ મળીને આખા વિશ્વમાં માત્ર એક જ ધર્મ હશે, સનાતન ધર્મ.

સંપૂર્ણ વિશ્વમાં ધર્મ સિવાય માનવ સભ્યતાની રક્ષાનો બીજો કોઈ વિકલ્પ નથી. કળિયુગના અંતમાં એક માત્ર અક્ષય ગ્રંથ ભવિષ્ય માલિકા પુરાણ જ કેવળ ભક્તોની સુરક્ષા માટે મૃત્યુ સંજીવની છે. આવનાર મહાવિનાશથી રક્ષા પામવાની એક માત્ર ઔષધિ કેવળ અને કેવળ ભવિષ્ય માલિકા પુરાણની ધારાનું અનુકરણ અને અનુપાલન સિવાય બીજુ કાંઈ જ નથી.